# அகஸ்திய யாத்திரை

## (இமயம் தொடங்கி பொதிகை வரை)

சத்தியப்பிரியன்

அகஸ்திய யாத்திரை
சத்தியப்பிரியன் ©

சுவாசம் பதிப்பகம்

Agasthiya Yathirai
by Sathiyapriyan ©

First edition: Oct 2023

ISBN:978-93-95272-89-6
Title Number: Swasam 093

Published by:
Swasam Publications Private Limited,
52/2, Near B.S Mahal, Ponmar,
Chennai, Tamil Nadu – 600127
Email: swasam.publications@gmail.com

Printed by: Pustaka Digital Media, Dindigul - 624005

To buy the book: Swasam Bookart - +91-8148066645
Website: https://www.swasambookart.com/

# உள்ளே...

# ஆசிரியர் உரை

இந்தியாவின் வரலாற்றை எழுதும் அறிஞர்கள் முதலில் கையில் எடுப்பது ஆரியப் படையெடுப்பு என்ற கருத்துருவாக்கத்தைதான். அதாவது, மத்திய ஆசியாவிலிருந்து வந்த, வெள்ளைத்தோலுடைய நாடோடிக் கும்பல் ஒன்று, சிந்து சமவெளிக்கு வந்து, அங்கு வாழ்ந்திருந்த கலாச்சாரத்தை வேரோடு களைந்து, நகரங்களை நிர்மூலமாக்கி, தங்கள் ராஜ்ஜிங்களை ஸ்தாபித்தது என்பதாகும். ஒளிக்கும், இருளுக்கும் இடையில் நிகழும் யுத்தத்தைக் குறித்து ரிக் வேதத்தில் குறிப்பிட்ட பகுதிகளை இந்த அறிஞர்கள் தங்கள் வசதிக்கு ஏற்ப வெண்ணிற ஆரியர்களுக்கும் கறுப்பினத் திராவிடர்களுக்கும் இடையில் நிகழ்ந்தது என்று திரித்துக் கூறத் தொடங்கினர். செழுமையும் வளமையும் மிக்க ரிக்வேத வரிகளை, நகரங்களைச் சூறையாடும் நாடோடிக் கும்பலான ஆரியர்களின் ஆரம்பக்கால நாடோடிப் பாடல்கள் என்ற கருத்துருவாக்கத்தை அரசியல் காரணங்களுக்காக உட்புகுத்திவிட்டனர்.

இந்தக் கருத்துருவாக்கம் எவ்வித ஆராய்ச்சிக்கும் ஆட்படுத்தப்படாமல் அப்படியே ஏற்றுக்கொள்ளப்பட்டது தான் அந்த அறிஞர்களின் சாதனை. அந்தக் கருத்துருவாக்கத்தை மெய்ப்பிக்கும் பல்வேறு காரணிகளும் இன்று வலுவிழந்துபோன நிலையில், மேலை நாட்டு அறிஞர்களும் மெல்ல மெல்ல அந்தச் சிந்தனைகளிலிருந்து விடுபடத் தொடங்கியுள்ளனர்.

ஐரோப்பியச் சிந்தனை ஓட்டத்திற்கு மாறாக இருந்த காரணத்தால், சிந்து சமவெளி நாகரிகம், ஆரியர் வருகைக்கு முன்பாக இருந்த நாகரிகம் என்பது கற்பிக்கப்பட்டது. மாக்ஸ்முல்லரைப் பின்தொடர்ந்த பல வரலாற்றுப் பேராசிரியர்கள், சிந்து சமவெளி நாகரிகம் ஆரியர்களின் படையெடுப்புக்கு (அப்படி நிகழாத படையெடுப்புக்கு) முந்தைய காலகட்டத்தைச் சார்ந்தது, அதாவது பொ.யு.மு.1500 என்ற சிந்தனை நிறுத்தத்துக்கு வந்தனர். எனவே வேத காலம் என்று மாக்ஸ்முல்லர் குறிப்பிடும் காலம் என்பது ஊகத்தின் அடிப்படையில் கூறப்பட்ட காலமே அன்றி அதுவே இறுதியானது என்பது கிடையாது. இதன் காரணமாகவே உலகில் நாகரிகம் தோன்றியதன் காலம் பொ.யு.மு.4500 என்றும், ஆழிப்பெருவெள்ளம் சூழ்ந்தது பொ.யு.மு.2500 என்றும் அவரால் நிர்ணயிக்கப்பட்டது. இதன் காரணமாகவே ஆரியர்களைச் சிந்து சமவெளியில் பொ.யு.மு.1500க்கு முன்னர் மற்றவர்களால் நினைத்துப் பார்க்கமுடியாமல் போனது.

முல்லர் கூற வருவது என்னவென்றால், நான்கு மறைகளும் உபநிடதங்களின் தொகுப்புமாக ஐந்து பகுதிகள், ஒவ்வொன்றும் இருநூறு இருநூறு ஆண்டுகள் இடைவெளியில் இயற்றப்பட்டு, புத்தரின் காலமான பொ.யு.மு.500க்கு முந்தைய காலம் என்பதாகும். ஆனால் சமஸ்கிருதம் தன்னைத் தானே மெருகுபடுத்திக்கொண்டு பாணினி காலத்தில் செம்மையான மொழியாக மாறியது. இத்தகைய மொழிமாற்றங்களைக் கணக்கில் கொண்டால் முல்லர் சொல்லும் 200 கால அளவு அடிபட்டுப் போகும்.

முல்லரை ஏற்றுக்கொண்ட அறிஞர்கள் பலரும் கிறித்துவ மிஷனரிகளைச் சேர்ந்தவர்கள் என்பதால், வேதத்தின் மீது அடிப்படையாக எழுந்த கருணையற்ற தன்மை காரணமாக வேதக் கலாச்சாரம் நாடோடிக் கும்பலின் கலாச்சாரம் என்று நிறுவத் துணிந்தார்கள். இதற்கு அவர்கள் கையில் எடுத்தது ரிக் வேதமாகும். ஆனால் இன்னும் ஆழமாக அதனை அணுகியிருந்தால் அதற்குள் ஊடுருவிக் கிடக்கும் பல பண்பாட்டுக் கூறுகளை அவர்கள் அறிந்திருக்க முடியும்.

பொ.யு.மு.2200 ஆண்டுகளுக்கு முன்பு மத்தியக் கீழைத் தேசங்களில் நிகழ்ந்த பல்வேறு ஆக்கிரமிப்புகளைக் கணக்கில் கொண்டு அது போன்று ஒரு முற்றுகை, சிந்துவெளி நாகரிகத்திற்கும் ஏற்பட்டிருக்கும் என்ற முடிவை, ஒரு குறிப்பிட்ட கருத்தை நோக்கி நகரும் அறிஞர்கள் முன்வைத்தனர். ஆரியர்கள்

நாடோடிகளாக வடக்கிலிருந்து இந்தியத் தேசத்திற்குள் தங்களது ரதங்களில் இரும்பு ஆயுதங்களை ஏந்தியபடி வந்து, சிந்துவெளியின் பூர்வகுடிகளை வென்று துரத்தி, தாங்கள் அங்கே குடியேறினார்கள் என்பதை இந்த அறிஞர்கள் நிறுவினார்கள். இதற்காகச் சிந்துவெளி நாகரிகத்தில் புரவிகளின் பயன்பாடும், இரும்பின் பயன்பாடும் இல்லை என்ற கருத்தைக் கண்டுபிடித்து முன்வைத்தனர். சிந்து சமவெளி மேலும் மேலும் ஆராய்ச்சிக்கு உட்படுத்தப்பட்டபோது, குதிரைகளின் பயன்பாடு சிந்து சமவெளி நாகரிகத்திற்கு முன்பிருந்தே பயன்பாட்டில் இருப்பது தெரிய வந்துள்ளது.

மேலும் ஆரங்களுடன் கூடிய சக்கரம் ஒன்றின் வடிவம் தாங்கிய முத்திரை ஒன்று சிந்து சமவெளியில் கண்டுபிடிக்கப்பட்டு, ரதத்தின் பயன்பாடு இவர்கள் கற்பனை செய்த நாடோடிகளான ஆரியர்கள் வருவதற்கு முன்பே சிந்து சமவெளி நாகரிகத்தில் இருந்ததைக் கூறுகிறது. அதுவுமன்றி, நாடோடிகளால் குதிரை பூட்டிய ரதத்தில் ஏறி தேசம் தேசமாக நாடுபிடிக்கச் செல்வது இயலாத காரியம் என்று, எதிர்க்குரல் எழுப்புபவர்களின் குரலும் ஓங்கி ஒலிக்கத் தொடங்கிவிட்டது. எங்குப் பாதை சமதளமாக இருக்குமோ அங்குதான் ரதங்களின் பயன்பாடு அதிகமிருக்கும். ரதங்களால் மலைப்பகுதிகளையும், கரடுமுரடான கணவாய்களையும் கடக்க முடியாது என்ற வாதத்தை முன்வைத்தனர்.

அயஸ் என்ற ரிக்வேதச் சொல்லை எடுத்துக்கொள்வோம். அயஸ் என்பது, இவர்கள் கூறுவது போல, இரும்பு என்ற பொருளில் வேதத்தில் பயன்படுத்தப்படவில்லை. இந்தோ ஐரோப்பிய மொழிகளில் அயஸ் என்பதற்குப் பித்தளை, வெண்கலம் என்ற பொருள்களும் உள்ளன. அயஸ் என்ற சொல்லைவிடத் தங்கம் எனப் பொருள்படும் ஹிரண்யம் என்ற சொல்தான் வேதத்தில் அதிகம் பயன்படுத்தப்பட்டுள்ளது. சாம வேதத்திலும், அதர்வண வேதத்திலும் அயஸ் என்ற உலோகத்தின் பல்வேறு நிறங்களாகச் சிவப்பும் வெண்மையும் குறிப்பிடப்பட்டுள்ளது. எனவே அயஸ் என்பதற்கு உலோகம் என்று கொள்ளவேண்டுமே அன்றி, இரும்பு என்று தனியாகக் குறிப்பிட முடியாது என்றனர் இந்த எதிர்க்குரல் எழுப்புவோர்.

ரிக்வேதத்தில் வருபவர்கள் மட்டுமின்றி 'ஆரியர்களின்' எதிரிகள் கூட அயஸ் என்ற உலோகத்தைத் தங்கள் நகரங்களை நிர்மாணிக்க உபயோகித்ததாக ரிக் வேதத்தில் குறிப்புகள் உள்ளன. எனவே இரும்பைப் பயன்பாட்டில் கொண்டிருந்தவர்கள் ஆரியர்கள்

மட்டும்தான், சிந்துவெளி மனிதர்கள் இல்லை என்று கூறும் வாதம் ஏற்புடையதன்று.

ரிக் வேதம் அதன் கடவுள்களை, நகரங்களை நிர்மூலம் ஆக்குபவர்கள் என்று குறிப்பிடுகிறது. இதனால், ஆரியர்கள் ஆரம்பத்தில் நாடோடிக் கும்பல்களாகத் திரிந்து ஊர் ஊராகச் சென்று நகரங்களை அழித்தவர்கள் என்பது மேலைநாட்டு அறிஞர்கள் முன்வைக்கும் வாதம். ரிக் வேதக் கடவுள்களான இந்திரன், அக்னி, சரஸ்வதி, ஆதித்தியன் போன்றவர்கள் நகரத்திற்கு ஒப்பாக இருப்பதாகக் கூறப்பட்டுள்ளனர். ரிக் வேதத்தில், ஆரியர்களிடம் பல்வேறு நகரங்கள் இருந்ததாகவும் குறிப்பிடப்பட்டுள்ளது. பண்டைய எகிப்து மற்றும் மெசபடோமியா நாகரிகத்தில் பல மன்னர்களின் பட்டங்களில், 'நகர சத்ரு', அதாவது நகரத்தை அழித்தவன் என்ற பொருள்படும் பட்டங்கள் உள்ளன.

இப்போது கூட ரஷ்யா - உக்ரைன் போரில் பல நகரங்களை இரண்டு நாடுகளும் அழித்துள்ளன. எனவே இருவரையும் நாடுபிடிக்கும் நாடோடிக் கும்பல் என்று எவ்வாறு கூறமுடியாதோ, அதே போலத்தான் ஆரியர்களை நாடுபிடிக்க வந்த நாடோடிக் கும்பல் என்று கூறமுடியாது. ரிக் வேதத்தில் கூறப்படும் நகர அமைப்புகளின் குறிப்புகளைப் பற்றி அறியாதவர்களால்தான் இவ்வாறு ஒரு தீர்மானத்திற்கு வர இயலும். சமீபத்திய ஆராய்ச்சிகளில், சிந்து சமவெளி நாகரிகத்தின் அழிவிற்குக் காரணம் ஆரியர்களின் படையெடுப்பு இல்லை என்பதும் கடல்கோள் போன்ற பெருவெள்ளம் காரணமாக இருப்பதும் கண்டறியப்பட்டுள்ளது.

சிந்துவெளி நாகரிகத்தில் இருந்த சமய வழிபாடு, தென்பகுதியில் லிங்க வழிபாட்டினை உடைய சைவம் போன்ற ஒரு சமய வழிபாடு என்று அறிஞர்கள் கூறிவந்தனர். ஆனால் காளிபங்கான், லோத்தல் போன்ற இடங்களில் நடைபெற்ற அகழ்வாராய்ச்சிகளில் கிடைத்த ஆதாரங்களைக் கொண்டு, சிந்துவெளி நாகரிகப் பயன்பாடுகளிலும் வேத காலத்தில் கூறப்படுவது போல யாகங்களும் யாகசாலைகளும் இடம்பெற்றுள்ளன என்பதை முக்கியமாகக் கண்டறிந்துள்ளனர். அதே போல, வேத காலங்களில் யாகங்களில் பயன்படுத்தப்பட்ட எருதுகளின் எலும்புகள், பானை ஓடுகள், சங்கினால் ஆன ஆபரணங்கள் முதலியவை கண்டுபிடிக்கப்பட்டுள்ளன.

வேதகால மானுடர்கள் ஐரோப்பியர்களைப் போல வெண்ணிறத் தோல் உடையவர்கள் என்று கருதப்பட்டனர். இதற்கு ஆதாரம்

எதுவுமில்லை. இருளுக்கும் ஒளிக்கும் இடையில் நடக்கும் யுத்தம் என்ற கருத்தாக்கம் கிட்டத்தட்ட பாரசீக எகிப்து நாகரிகங்களின் பல பக்கங்களில் முன்வைக்கப்படும் கருத்துதான். ஒளி என்பதும் இருள் என்பதும் படிமங்களாகப் பார்க்கப்பட வேண்டுமேயன்றி, இரண்டு இனங்களின் அடையாளங்களாக ஏன் பார்க்கப்பட வேண்டும்?

மானுடவியல் அறிஞர்களின் கண்டுபிடிப்புகளின்படி குஜராத்தில் இருக்கும் மக்களின் இன அடையாளங்கள் கிட்டத்தட்ட லோத்தல் என்ற இடத்தில் கண்டுபிடிக்கப்பட்ட அகழ்வாராய்ச்சிகளின் படி பொ.யு.மு.2000ம் ஆண்டு இருந்த அதே மனித இனத்தின் அடையாளங்கள் என்பது உறுதியாகியுள்ளது. இப்போது பஞ்சாப் மாகாணத்தில் இருக்கும் மானுடர்களின் இன அடையாளங்களோ ஹரப்பா, ரூபார் ஆகிய நகரங்களில் நடந்த அகழ்வாராய்ச்சிகளில் கண்டுபிடிக்கப்பட்ட நான்காயிரம் ஆண்டுகளுக்கு முன்பு வாழ்ந்த மானுட இனத்தின் அடையாளங்களைப் போலவே உள்ளதாகக் கண்டுபிடிக்கப்பட்டுள்ளது.

இதிலிருந்து தெரிய வருவது இரண்டு விஷயங்கள். ஒன்று, மேலைநாட்டு அறிஞர்கள், வரலாற்றாசிரியர்கள் கூற்றின்படி ஆரியப் படையெடுப்பு என்ற ஒன்று நிகழவில்லை. அவர்கள் கூறும் யுத்தங்களும் போர்களும் அவர்களுக்கு இடையே நிகழ்ந்தவையாகும்.

அடுத்து சரஸ்வதி நதிக்கு வருவோம். ஹரப்பாவில் கண்டுபிடிக்கப்பட்ட புதை நகரங்கள் எல்லாமே பெரும்பாலும் சிந்து நதியின் கிழக்கில் அமைந்திருந்தன. மேற்கில் அல்ல. பஞ்சாப் மற்றும் ராஜஸ்தானுக்கு இடையில் இருக்கும் பகுதிகளில், குறிப்பாக சரஸ்வதி, த்ரிஷவதி நதிகளின் வறண்ட கரைகளில் கண்டுபிடிக்கப்பட்டுள்ளன. வேத காலப் பண்பாட்டுக் கூறுகள் மனுவினால் சரஸ்வதி மற்றும் த்ரிஷவதி நதிகளுக்கு இடையில் உள்ள பகுதிகளில் நிறுவப்பட்டதாக வேதங்கள் கூறுகின்றன. ரிக் வேதம் சரஸ்வதியைப் பல இடங்களில் போற்றித் தொழுகின்றது.

சரஸ்வதி நதி குறித்துத் தற்காலத்தில் நடத்தப்பட்டு வரும் ஆய்வுகள் அதனை, பல ஆயிரம் ஆண்டுகளுக்கு முன்பு இருந்து பின்பு மறைந்த ஒரு அகண்ட நதி என்பதை ஒப்புக் கொள்கின்றன. பழங்காலத்தில், குறிப்பாக வரலாற்றுக் காலத்திற்கு முந்தைய ஆண்டுகளில், சரஸ்வதி நதி, கங்கை மற்றும் சட்லெஜ் நதிகளை வற்றச் செய்துள்ளதாக ஆராய்ச்சிகள்

கூறுகின்றன. சிந்து சமவெளி நாகரிகத்தின் முடிவில் அதாவது பொ.யு.மு.1500ம் ஆண்டுகளில்தான் வற்றியிருக்க வேண்டும். இந்தக் காலம் மேலைநாட்டு அறிஞர்கள் குறிப்பிடும் ஆரியர்களின் படையெடுப்புக்கு முந்தைய காலம். அவ்வாறு எனில் படையெடுப்பிற்கு முன்பாகவே ஆரியர்களுக்கு இந்த நதியைப் பற்றி எப்படித் தெரிந்திருக்க முடியும்?

மேல்நாட்டு அறிஞர்கள் முன்வைக்கும் மற்றொரு வாதம், ஆரியர்களுக்குக் கடல் என்பதைக் குறித்து ஞானம் எதுவுமில்லை என்பதாகும். ஆனால் ரிக் வேதத்தில் நூறு இடங்களுக்கும் மேலாகச் சமுத்திரம் குறித்தும், பத்துப் பன்னிரண்டு இடங்களில் படகுகள் குறித்தும், நதிகளின் சமுத்திரச் சங்கமம் குறித்தும் குறிப்புகள் உள்ளன. சமுத்திரத் தேவனான வருணன், வேதங்களில் குறிப்பிடப்படும் பல ரிஷிகளின் பிதாவாக இருப்பவன். வசிஷ்டர், அகஸ்தியர் மற்றும் பிருகு போன்றவர்கள் குறிப்பிடத் தக்கவர்கள். மீண்டும் மீண்டும் இந்த அறிஞர்கள் தங்கள் கூற்றை நிறுவுவதற்கு, வேதங்களில் குறிப்பிடப்படும் சமுத்திரம் என்பது அகண்ட நீர்நிலையை மட்டுமே குறிக்கும், கடலை இல்லை என்று சாதித்தனர்.

1976ல் ஹரியானா மாகாணத்தில் உள்ள குருக்ஷேத்ர மாவட்டத்தில் பகவான்புரா என்ற இடத்தில் நடந்த அகழ்வாராய்ச்சியின்படி கண்டுபிடிக்கப்பட்ட PGW எனப்படும் 'சாம்பல் வர்ணம் தீட்டப்பட்ட மண்பாண்டக் கலாச்சாரத்தின்' அடிப்படையில், இந்த PGW காலத்து மக்கள் ஹரப்பா மொஹஞ்சதாரோ அகழ்வாராய்வில் கண்டுபிடிக்கப்பட்ட சிந்து சமவெளி நாகரிகத்திற்குப் பின்னர் வந்த கலாச்சாரம் என்று உறுதி செய்கின்றன. ஆனால் இந்த ஆராய்ச்சிகளின் முடிவுகளின்படி அங்கு ஒரு யுத்தமோ முற்றுகையோ ஆக்கிரமிப்போ நடந்ததற்கான சான்றுகள் இல்லை என்பதனையும் உறுதி செய்கின்றன. கடல்கோள் அல்லது பெருவெள்ளத்தால் அழிவு நேர்ந்திருக்கலாமே தவிர, முந்தைய நாகரிகம் போரினால் நிர்மூலம் ஆக்கப்படவில்லை என்று உறுதியாகக் கூறுகின்றன.

இதற்குச் சான்றாக, பொ.யு.மு.3000லிருந்து பொ.யு.மு.1500 வரையில் உள்ள இடைப்பட்ட காலத்தை முதல் மற்றும் இரண்டாம் சங்க காலமாகக் கொண்டு அவற்றிற்கான ஆவண ஆதாரங்களோ, இலக்கிய ஆதாரங்களோ இல்லாமல் போனதற்கு, தமிழ் அறிஞர்கள் கூற்றின்படி தென்தமிழகத்தில், குறிப்பாக மதுரைக்கு அருகே பெரிய ஆழிப்பேரலை மூலம் கடல்கோள் ஒன்று நிகழ்ந்ததைப் போல, சிந்து சமவெளி

நாகரிகம் அழிந்ததற்கும் ஒரு கடல்கோளே ஏன் காரணமாக இருந்திருக்கக் கூடாது என்கின்றனர்.

இறுதியாக, ஆரியர் படையெடுப்பு என்ற கருத்துருவாக்கத்தினால் நிகழ்ந்த, நிகழும் அரசியல் சமூக மாற்றங்கள் குறித்துப் பார்க்கலாம்.

1. ஒற்றுமையுடன் இருந்த பாரத மண்ணின் மானிடர்களை வட ஆரியர்கள், தென் திராவிடர்கள் என்று பிரிப்பதன் மூலம் அவர்கள் நடுவில் தீராத பகையை உருவாக்க முடியும்.
2. இந்துக்கள் என்பவர்கள் ஆரியர்கள், அவர்கள் வெளியிலிருந்து வந்து ஆக்கிரமிப்பு செய்தவர்கள் என்ற கருத்துருவாக்கம், ஆங்கிலேயர்களுக்கு, இந்தியாவை அடிமைப்படுத்துவதற்கு ஒருவகை சமாதானத்தை அளிக்கும்.
3. வேத கால வாழ்க்கைமுறையை எத்தனைக் காலம் பின்னுக்குத் தள்ளமுடியுமோ அப்படித் தள்ளுவதன் மூலம், வேதங்களுக்கு ஒரு பழமையையும், பைபிளுக்கும் கிறித்துவ மதத்திற்கும் ஒரு நவீனத்துவத்தையும் ஏற்படுத்த முடியும்.
4. இந்திய அறிவியல் படிப்புகள் அனைத்தையும் வேத காலக் கல்வியிலிருந்து மாற்றி, கிரேக்கக் கல்வியைப் புகுத்துவதற்கு இந்தக் கருத்துருவாக்கம் வேண்டியிருந்தது.

மொத்தத்தில் ஆரியப் படையெடுப்பு என்பது திட்டமிட்டு நிகழ்த்தப்பட்ட ஒரு கட்டமைப்பே. இதன் அடிப்படையில்தான் நான் இந்த அகஸ்திய யாத்திரையைக் கொண்டுசெல்வதாக உள்ளேன். இந்தக் குடியேற்றங்களும் புலம்பெயர்வுகளும் மனித நாகரிகம் தோன்றிய காலத்திலிருந்து போர்களின் மூலம், பேரழிவுகளின் மூலம், வாள் முனையில், துப்பாக்கி முனையில், மூளைச் சலவையில், வறுமையை முன்னிறுத்தி என நிகழ்ந்த வண்ணமே உள்ளன. ஆனால் தனது யாத்திரை மூலம் தான் பிறந்த மண்ணை விட்டு அகன்று, இன்னொரு மொழி பேசும் இன்னொரு இனக்குழுவின் நடுவில் வாழ்ந்து, அவர்களுக்குத் தேவையான நீர்ப்பாசன வழிகளைச் சொல்லிக்கொடுத்து, அவர்களுடைய நீராதாரத்தின் தேவைகளைச் சீர்படுத்திக் கொடுத்த அந்தக் குறுமுனி, இப்போது எண்ணிப் பார்த்தாலும் என்னில் விஸ்வரூபம் எடுத்து நிற்கிறார். இந்த நூல் அகஸ்தியர் என்ற மகா முனிவருக்கு நன்றியறிதலுடன் நான் செலுத்தும் அஞ்சலி.

வாருங்கள் நாமும் அகஸ்தியருடன் பயணிப்போம்.

# அகஸ்திய யாத்திரை

அகஸ்தியர், நாரதர் கேட்டுக்கொண்டதற்கு ஏற்ப விந்திய மலையின் கர்வத்தை அடக்குவதற்குப் பயணமாகிறார். இவ்வாறே பெரும்பாலான புராணங்கள் தொடங்குகின்றன. புராணங்களை மொத்தமாக, கட்டுக்கதை என்று ஒதுக்கிவிட முடியாது. நான் இதுவரையில் இந்த நூலில் எடுத்து மேற்கொண்ட கதைகளில் அகஸ்தியரின் பயணத்தின் காலமும், அவர் பயணத்தின் நோக்கமும் எங்குமே மாற்றிப் புனையப்படவில்லை. ஒரே கதை மீண்டும் மீண்டும் கூறப்பட்டாலும் எனது நோக்கம், இந்த நூல் ஓர் அடிப்படை நூலாக அமைய வேண்டும் என்பதும், இந்த நூலின் மூலம் மற்ற நூல்கள் அகஸ்தியரைப் பற்றி என்ன கூறியுள்ளன என்பதை அறிந்துகொள்ள உதவுவதுமே.

அகஸ்தியரின் பயணத்தை, குறிப்பாக வடக்கிலிருந்து தெற்கு நோக்கிச் செல்லும் பயணத்தை, புராணக் கதைகள் எவ்வாறு குறிப்பிடுகின்றன என்றால், ரிக் வேதங்களில் உள்ள படிமங்களுக்கே இன்னமும் ஒரு முடிவினையும், தெளிவினையும் அடைய முடியாத நிலையில், புராணங்கள், அகஸ்தியரின் கதையை மிக அழகாக வர்ணித்து, எதனைச் சொல்ல வந்தது என்பதைப் புரிந்துகொள்ள முடியாமல் செய்துவிடுகின்றன. கதை புனையும் அறிவினை இதன் மூலம் மெச்சிக் கொள்ளலாம் என்றாலும் நாட்செல்லச் செல்ல அந்தப் படிமங்களும்

புனைவுகளும் நிஜமாகும் வாய்ப்பு அதிகம். அது அகஸ்தியருக்கும் நேர்ந்துள்ளது.

சரி, அகஸ்தியர் விந்திய மலையின் கர்வத்தை அடக்கிய கதைக்கு வருவோம். விந்திய மலையிடம் நாரதர், இமய மலையின் பெருமையைக் கூறப் போக, அதனால் பொறாமையடைந்த விந்தியம் நெடு நெடு என்று உயர்ந்து நின்று வழியை அடைத்தது. அகஸ்தியர் அவ்விடம் வரும்போது அவரது தவ வலிமை காரணமாக விந்தியம் அவரிடம் மிகவும் பணிந்து, உயரம் குன்றி நின்றது. அகஸ்தியரும் தான் தெற்கு நோக்கிச் செல்வதாகவும் திரும்பி வரும் வரையிலும் அப்போது இருந்த உயரத்துடன் விந்தியம் விளங்கவேண்டும் என்றும் கூறிவிட்டுச் சென்றதாகவும் ஆனால் அவ்வாறு கூறியது போல மீண்டும் வடதிசை திரும்பாமல் அகஸ்தியர் தெற்கில் பொதிய மலையில் தங்கிவிட்டதால் விந்தியம் மீண்டும் உயரவில்லை என்பதும் புராணம்.

அக்காலங்களில் கடல் மார்க்கமாகப் பயணிப்பது என்பது காடு மலைகளில் பயணிப்பதை விட எளிதாக இருந்திருக்க வேண்டும். காடுகளில் அடர்ந்திருக்கும் செடி கொடி மரங்களும், கொடிய விலங்குகளும் காட்டுவழிப் பயணத்தை என்றுமே ஒரு விரும்பத்தக்கப் பயணமாக ஆக்கியதில்லை. ஆனால் மனிதர்கள் இடம்பெயர்வதும், படர்வதும் காலம் காலமாக நிகழ்ந்துகொண்டே இருந்தன. வேளிர் வரலாற்றை எடுத்துப் பார்க்கும்போது சரித்திரம் நமக்குப் பல வியப்பளிக்கும் செய்திகளைத் தருகின்றன. அகஸ்தியரைக் குறித்து எழுதக் கிளம்பினால் கிளைக்குள் கிளை என்று நம்மைச் சுற்றலில் விட்டு, வேத காலத்திற்கும் முன்பு கொண்டுவிடும் போலிருக்கிறது.

வேளிர் வரலாறு குறித்து ஒரு விரிவான நூல் எழுதியுள்ள மு.இராகவையங்கார் பல புதிய செய்திகளைக் கொடுத்துள்ளார். நமது பண்டைய தமிழகத்தில் பிறரிடம் கையேந்தாமல்,மற்றவர்க்கு வேண்டும் மட்டும் அள்ளிக் கொடுத்த கடையேழு வள்ளல்கள் இந்த வேளிர் குல மன்னர்களே. முல்லைக்கொடிக்குத் தேரை அளித்த பரம்பு மலைப் பாரியும், மயிலுக்குப் போர்வையைக் கொடுத்த பேகனும், இந்த வேளிர் குலத்தில் தோன்றியவர்களில் சிறந்தவர்கள். வேளிர் பற்றிய குறிப்புகள் சங்கப் பாடல்கள் சிலவற்றில் காணப்படுகின்றன.

புறநானூற்றுப் பாடல் 201, கபிலரால் பாடப்பட்டது. பாரி மகளிரைக் குறித்துக் கூறும்போது ‘நாற்பத்து ஒன்பது வழிமுறை

வந்த வேளிருள் வேளே' என்று குறிப்பிடுவார். எனவே வேளிரின் மரபு, கடைச்சங்கத்தில் வாழ்ந்த பாரி மன்னனுக்கும் நாற்பத்தொன்பது மன்னர்களின் ஆட்சிக்கும் முந்தையது என்பது புலனாகிறது. பணம்பூரணாரின் தொல்காப்பியச் சிறப்புப் பாயிரத்திற்கு நச்சினார்க்கினியார் உரையில், வேளிரைப் பற்றி வேறு ஒரு தகவலும் கிடைக்கிறது. அதோடு அகஸ்தியரைக் குறித்தும் ஒரு புதிய தகவலைத் தந்துள்ளார். அவரது உரையை அவர் மொழியிலேயே கீழே தந்துள்ளேன்.

'பாண்டியன் மாகீர்த்தி இருபத்து நாலாயிரம் ஆண்டு வீற்றிருந்தான் ஆதலின் அவனும் அவன் அவையில் உள்ளோரும் அறிவு மிக்கு இருத்தலின் அவர்கள் கேட்டிருப்ப, அதன்கோட்டாசிரியர் கூறிய கடாவிற்கு எல்லாம் குற்றம் தீர விடை கூறலின், அரில்தப என்றார்.

அகஸ்தியனார் அதன் கோட்டாசிரியரை நோக்கி, 'நீ தொல்காப்பியன் செய்த நூலைக் கேளற்க' என்று கூறுதலானும், தொல்காப்பியனாரும் பல்காலும் சென்று 'யான் செய்த நூலை நீர் கேட்டல் வேண்டும்' என்று கூறுதலானும், இவ்விருவரும் வெகுளாமல் இந்நூலுக்குக் குற்றம் கூறி விடுவல் எனக் கருதி அவர் கூறிய கடாவிற்கு எல்லாம் விடை கூறுதலின் 'அரில்தபத் தெரிந்து' என்றார்.

அவர் கேளன்மின் என்றற்குக் காரணம் என்னை எனின், தேவர் எல்லாம் கூடி 'யாம் சேர இருத்தலின் மேரு தாழ்ந்து தென்திசை உயர்ந்தது. இதற்கு அகஸ்தியனாரே ஆண்டு இருத்தற்கு உரியவர்' என்று அவரை வேண்டிக்கொள்ள, அவரும் தென்திசைக் கண் போதுகின்றவர் கங்கையாருழைச் சென்று காவிரியாரை வாங்கிக் கொண்டு, பின்னர் யமதக்கினியாருழை சென்று அவர் மகனார் திரணதூமாக்கினியாரை வாங்கிக் கொண்டு, புலத்தியனாருழைச் சென்று அவருடன் பிறந்த குமரியார் உலோபாமுத்திரையாரை அவர் கொடுப்ப நீர் ஏற்று இரீஇ, பெயர்ந்து துவாரபதிப் போந்து, நிலம் கடந்த நெடுமுடி அண்ணல் வழிக்கண் அரசர் பதின்மரையும் பதினெண் கோடி வேளிர் உள்ளிட்டாரையும் அருவாளரையும் கொண்டு போந்து, காடுகெடுத்து நாடாக்கிப் பொதியின்கண் இருந்து, இராவணனைக் கந்தருவத்தாற் பிணித்து, இராக்கதரை ஆண்டு இயங்காமை விலக்கி, திரணதூமாக்கினியாராகிய தொல்காப்பியனாரை நோக்கி 'நீ சென்று குமரியாரைக் கொண்டு வருக' எனக் கூற...'

இது மேலும் நீண்டு தொல்காப்பியரின் கதையைக் கூறுவதால் நான் இதனை இவ்விடத்தில் நிறுத்திக் கொள்கிறேன்.

அகஸ்தியரைப் பொறுத்தவரையில் நமக்குக் கிடைக்கும் பழைய புராணச் செய்திகளின்படி அவர் எப்போதுமே ஒரு பொதுச் சேவையின் தலைமகனாகவே சித்தரிக்கப்பட்டுள்ளார்.

மேற்கூறிய செய்தியின்படி வேளிர், யாதவ குலத்தின்வழி வந்தவர்கள் என்பதற்கு 'துவாரபதிப் போந்து நிலம் கடந்த நெடுமுடி அண்ணல் வழிக்கண் அரசர் பதின்மரையும்' என்று கூறும் இடத்தில் துவாரகையில் உள்ள ஸ்ரீ கிருஷ்ணரைச் சந்தித்ததை நிலம் கடந்த நெடுமுடி அண்ணல் என்பதன் மூலம் தெளிவாக்குகிறார்.

ஒரு மன்னரின் ஆட்சிக் காலம் என்பது சராசரியாக 21 வருடங்கள் என்று எடுத்துக் கொண்டால், கபிலர் கூறும் கணக்கின்படி வேளிர் மன்னரின் ஆரம்பம் ஆயிரம் ஆண்டுகளுக்கும் முன்னர் சென்று (அதாவது கடைச் சங்கக் காலத்தில் பொ.யு.300 வரையில் என்று எடுத்துக்கொண்டால்) பொ.யு.மு.8ம் நூற்றாண்டு என்று கொள்ளலாம்.

கண்ணனின் மறைவிற்குப் பின்னர் துவாரகாபுரி சூறையாடப்பட்டு அரச மகளிர் பலரும் பலாத்காரத்தில் நாசமானதும், நகரங்களுக்குத் தீ வைக்கப்பட்டதும், நகர மக்கள் அதாவது யாதவர்கள் அங்கிருந்து பல்லாயிரக் கணக்கில் புலம்பெயர்ந்ததும் மகாபாரதம் கூறும் செய்திகள். கண்ணனின் காலமும், மகாபாரதப் போர் நிகழ்ந்த காலமும் அறுதியிட்டு வல்லுனர்களால் நிரூபிக்கப்பட்டுவிட்டதால் நாம் அவற்றுக்குள் செல்ல வேண்டாம். இவ்வாறு புலம்பெயர்ந்த யாதவர்களை ஒட்டுமொத்தமாகத் திரட்டிக்கொண்டு அகஸ்தியர் ஒரு பணியாக மேற்கொண்டு தென்திசை நோக்கிக் கிளம்பிச் சென்றார்.

மட்டக்கிளப்பு தம்பிமுத்து தனது 'திராவிட மக்கள் வரலாறு' என்ற நூலில் இரண்டு விஷயங்களை முன்வைக்கிறார். ஒன்று, விந்திய மலை சூரிய சந்திரர்களுக்கு வழிவிடாமல் ஓங்கி வளர்ந்து நின்றது என்று கூறுவதற்கு, அம்மலை இயற்கையாகவே வடக்கில் இருந்த ஆரியர்களைத் (அவர்கள் சூரிய சந்திர வம்சத்தில் வந்தவர்கள் என்பதால்) தெற்குப் பக்கம் வராமல் தடுத்ததாகக் குறிப்பிட்டுள்ளார். மற்றொரு விஷயம், திராவிடர்களைப் படையெடுத்து வந்து வெல்ல முடியாது என்பதால் படிப்படியாகப் புலம்பெயர்ந்து பரவினார்கள்

என்றும் அதற்கு, தெற்கில் இருந்த திராவிடர்கள் உதவி புரிந்தனர் என்றும் கூறுவார். நாம் தொடக்கத்திலேயே, வேத காலங்களில் சிந்துவெளி நாகரிகத்தில் ஆரியர்கள் படையெடுத்துத் தங்கள் இனத்தைக் குடியேற்றினர் என்பதற்கு ஆதாரங்கள் எதுவும் இல்லை என்று கண்டோம். பனம்பூரணாரின் சிறப்புப் பாயிரத்துக்கு நச்சினார்க்கினியார் உரையின்படி அகஸ்தியர், வேளிர் இனத்தைத் துவாரகாபுரியிலிருந்து கொண்டுவந்தார் என்பதும் இதனோடு ஒத்துப் போகிறது. ஆனால் யுகங்கள் என்ற காலக் கணக்கை எடுத்துக்கொண்டால் இராமாயணத்தின் யுகம் வேறு, மகாபாரதத்தின் யுகம் வேறு. அகஸ்தியர் ஒரு செயற்திட்டத்தின் தலைவர் என்பது காலம் காலமாக ஏற்றுக்கொள்ளப்பட்டதால் வேளிர்களின் அல்லது யாதவர்களின் புலம்பெயர்தலையும் அகஸ்தியரின் செயற்திட்டத்தில் ஒன்றாகத் தமிழர்கள் இணைத்துவிட்டனர் போலும்.

பிறப்பு

அகஸ்தியர் என்றதும் நமக்கு முதலில் நினைவுக்கு வருவது, அவர் இமயத்திலிருந்து கிளம்பிப் பொதிகை மலைக்கு வந்த கதைதான். சிவபிரான் பார்வதி திருமணத்தின்போது தேவர்கள் எல்லோரும் ஒருங்கே திரண்டதால் வடதிசை தாழ்ந்து தென்திசை உயரவே, உலகைச் சமன்படுத்தச் சிவபிரானால் அகஸ்திய முனிவர் தென்திசை நோக்கி அனுப்பி வைக்கப்பட்டார் என்பதுதான் அந்தக் கதை. அதற்கும் முன்பே ரிக் வேதத்தில் முதலாவது அனுவாகத்தில் சூக்தம் 166வது வரியில் தொடங்கி 191 வரையில் உள்ள இடங்களில் அகஸ்தியரின் பெயர் இடம் பெற்றுள்ளது. ஔஷதிகளோடு (மருந்துகளோடு) தொடர்புடையவராகவே அகஸ்தியர் ரிக் வேதத்தில் அறிமுகம் ஆகிறார். இதன் காரணமாகவே, நீங்கள் ஏதாவது ஓர் இணைய நூலகத்தில் தேடுதல் மூலம் தேடும்போது, குறைந்தது நூறு நூல்களாவது உங்களுக்குக் கிடைக்கும். எப்படி விந்தியப் பர்வதம் கடப்பதையும் அகஸ்தியரையும் பிரிக்கமுடியாதோ, அதைப் போல, தமிழில் மருத்துவத்தையும் அகஸ்தியத்தையும் பிரிக்க முடியாது.

ரிக் வேதத்தில் இரண்டாவது மண்டலத்தில் 166வது சூக்தத்தில் அகஸ்தியன் - மித்ரா வருணர்களின் புதல்வன் என்று அடைமொழியோடு அறிமுகமாகிறார்.

'மருந்துகளே! நாங்கள், விருஷபனின் துவஜனான நீங்கள், துரிதமாய்த் தோன்ற உங்களுடைய பழைய

பெருமையைக் கூறுவோமாக. முழக்கமுள்ளவர்களும், ஆற்றல் உள்ளவர்களுமான நீங்கள், வழியிலே அனலோடு, போராடும்போது உங்களுடைய தீரச் செயல்களைப் புரியுங்கள்'

என்பதில் தொடங்கி, 191 சூக்தத்தின் இறுதி இருக்காக,

'அகஸ்தியனுடைய ஆக்ஞையினால் துரிதமாகி இங்ஙனம் நகுலம் கூறிற்று. தேளின் விஷம் நஞ்சற்றது. பலமில்லாதது. தேளே! உன் விஷம் கொடுமையில்லாதது'

என்ற ரிக்குடன் முடிகிறது.

மேற்கொண்ட சூக்தங்களின் வாயிலாக, அகஸ்தியர் வைத்திய சாஸ்திரத் தொடர்புடையவர் என்பது எளிதில் விளங்கும்.

அகஸ்தியர் குறித்து இராமாயணமும் மகாபாரதமும் கூறுவதை அறியும் முன்னர் அவரது பிறப்பு குறித்துப் புராணங்கள் என்ன கூறுகின்றன என்பதைப் பார்க்கலாம்.

பத்ம புராணத்தில், அகஸ்தியரின் பிறப்பு மற்றும் அவரது வரலாறு குறித்த தகவல்கள் கூறப்பட்டுள்ளன. பத்ம புராணம் சிருஷ்டி காண்டத்தில் கீழ்க்கண்டவாறு விரிவாகக் கூறப்பட்டுள்ளது.

காலேயர் என்று ஓர் அரக்கர் கூட்டம். அவர்கள் இரவுப் பொழுதுகளில் வெளியில் நடமாடி, பகலானால் கடலில் ஒளிந்துகொள்வதை வழக்கமாகக் கொண்டிருந்தனர். இரவில் கண்மூடி உறங்கும் பல்லாயிரக்கணக்கானவர்களை உணவாக உண்பது இந்த அரக்கர்களின் வழக்கம். சியவனர் என்ற முனிவர் தனது ஆசிரமத்தில் மேலும் பல நூறு முனிவர்களை அழைத்து வந்து, யாகம் ஒன்றைப் புரிந்தார். அப்போது காலேயக் கூட்டம் இரவில் அங்கு வந்து, பறித்துவைத்திருந்த கந்தமூலங்களைக் கொண்டு சென்றன. அங்குள்ளோர் உணவின்றி அல்லாடினர். எங்கும் பசி பசி என்ற கூக்குரலே எழுந்தன. யாகம் தடைப்படவே, சியவனரும் மற்ற முனிவர்களும் தேவர்களிடம் முறையிட, தேவர்கள் மஹாவிஷ்ணுவிடம் தெரிவிக்க, மகாவிஷ்ணு 'அகஸ்தியரிடம் கோரிக்கை வைத்தால், அவர் கடலைக் குடித்து, அசுரர்களை வெளிப்படுத்துவார்' என்று உபாயம் ஒன்றைக் கூறினார்.

தேவர்களின் வேண்டுகோளை ஏற்று, அகஸ்தியர், சமுத்திரத்தின் அருகில் சென்று தனது உள்ளங்கையைக் குவித்து, அதில் அந்தச் சமுத்திரத்தை வருமாறு வேண்டினார். சமுத்திரம், திரண்ட ஆலாகால நஞ்சு உருண்டையைப் போல அவரது வலது

உள்ளங்கையில் வந்து நின்றது. அதனை ஒரே மூச்சில் அகஸ்தியர் பருக, கடலுக்கு அடியில் ஒளிந்து கிடந்த காலேயர்களைத் தேவர்கள் துரத்தி அவர்களோடு யுத்தம் புரிந்து விரட்டினர்.

துண்டுத் துண்டான கதைகளின் தொகுப்பாக விளங்கும் பத்ம புராணத்தில், இன்னொரு பகுதியில், அகஸ்தியரின் பிறப்பு குறித்த செய்தி கூறப்படுகிறது.

> 'ஒருசமயம் தேவலோகத்தில் மித்திரரும் வருணரும் ஒரே நேரத்தில் ஊர்வசி மீது மையல் கொண்டனர். அவளது பேரழகில் மயங்கி அவள் பின்னால் சென்றனர். அவளோ, மித்திரருக்கு வாக்குக் கொடுத்துவிட்டேன் என்று வருணனிடமும், வருணனுக்கு வாக்குக் கொடுத்துவிட்டதாக மித்திரரையும் ஒன்றாக ஏமாற்ற, இருவரும் அவளை, பூலோகத்தில் மானிடப் பிறப்பு எடுக்குமாறு சபித்தனர். அவளை மோகித்து வெளியேறிய ரேதஸை வீணாக்காமல் ஒரு குடத்தில் விட்டுவைத்தனர். அந்தக் குடத்திலிருந்து அகஸ்தியரும் வசிஷ்டரும் பிறந்தனர்.'

இதுதான் எல்லாப் பண்டைய நூல்களிலும் அகஸ்தியரின் பிறப்பு குறித்துச் சொல்லப்படும் செய்தியாகும்.

தேவர்களின் வேண்டுகோளை ஏற்று சமுத்திரத்தைக் குடித்து, பிரதிபலனாக, தான் பல கோடி ஆண்டுகள் வானில் நட்சத்திரமாக மின்னவேண்டும் என்று கேட்டுக் கொண்டார் எனவும் சப்தரிஷிகளில் ஒரு நட்சத்திரமாகத் திகழாமல் அகஸ்தியர் தனி நட்சத்திரமாகத் திகழ்வது அவரை மேலும் பெருமைப்படுத்துவதாகவும் கூறப்பட்டுள்ளது.

அகஸ்தியரைப் பற்றிய விவரமான தகவல்கள் ஸ்கந்த புராணத்தில்தான் முதலில் இடம்பெறுகின்றன. இந்த ஸ்கந்த புராணம் வால்மீகி இராமாயணத்தின் ஒரு பகுதி என்பதையும் நினைவில் கொள்ளவேண்டும். புராணங்களில் அகஸ்தியர் குறித்து மிக விரிவாகப் பார்க்க உள்ளதால் நான் இந்தப் பகுதியைக் கடந்து, இதிகாசங்களில் அகஸ்தியர் குறித்துக் கூறுவதை விளக்கமாகத் தருகிறேன்.

# இராமாயணத்தில் அகஸ்தியர்

அகஸ்தியரின் சரித்திரத்தை முதன்முதலில் கூறும் நூல் இராமாயணம். ஆராய்ச்சியாளர்கள் அனைவரும் ஒட்டுமொத்தமாக, அகஸ்தியர் பற்றிய குறிப்புகள் ஆரண்யக் காண்டத்தில் வருவதாகக் கூறுவார்கள். ஆனால் பாலக் காண்டத்தில் தாடகை வதம் செய்யும் சருக்கத்தில் அகஸ்தியரைப் பற்றிய குறிப்பு வந்துள்ளது.

இனி வால்மீகி இராமாயணத்தில் பாலக் காண்டத்தில் இடம் பெறும் குறிப்பு:

‘கங்கையைக் கடந்து தென்கரைக்கு அப்பால் இராமன், இலக்ஷ்மணன், விசுவாமித்திரர் மூவரும் நடக்கத் தொடங்கினார்கள். அப்போது அவர்கள் எதிரில் பறந்து விரிந்த, மனித நடமாட்டம் இல்லாத, பார்ப்பவர் அச்சம் கொள்ளத்தக்கக் காடு ஒன்று எதிர்ப்பட்டது.

“இந்த வனத்தின் பெயர் என்ன முனிபுங்கவரே? அடர்ந்த மரங்களும், வலிய மிருகங்களும் நிறைந்து, பார்ப்பவர்களை அச்சமடையச் செய்யும் இந்தப் பகுதிக்கு என்ன பெயர்?” என்றான் இராமன் விசுவாமித்திரரிடம்.

“மலதம், சரூசம் என்று இரண்டு நாடுகள் இங்கே இருந்தன. விருத்திராசுரனைக் கொன்றதால் ஏற்பட்ட பிரும்மஹத்தி தோஷத்தைப்

போக்கிக்கொள்ள இந்திரன் இங்கு வந்து கங்கை நீரால் அபிஷேகம் செய்துகொண்டு பாவ விமோசனம் அடைந்தான். அவனது மகிழ்ச்சியின் விளைவாக, தேவர்கள் இவ்விரு நகரங்களையும் சொர்க்கபுரியாக மாற்றினர். ஆனால் வெகுநாட்கள் சென்ற பின்னர் இங்கே தாடகை என்ற யட்சிணி பிறந்தாள். ஆயிரம் யானை பலமுடையவள்" என்றார் விசுவாமித்திரர்.

"பொதுவாக யக்ஷர்களுக்கு அத்தனை பலம் இருப்பதில்லையே?" என்று இராமர் வினவ, விசுவாமித்திரர் விளக்கினார்.

அதிபராக்கிரமசாலியாக விளங்கிய சுகேது என்ற யக்ஷன் பிரம்மாவிடம் புத்திர வரம் வேண்டி கடும் தவமிருந்தான். அவனது கர்மப் பலன் காரணமாக அவனுக்குப் புத்திரன் பிறக்காமல், பெண் குழந்தை பிறந்தது. பிரும்மன் அதற்கு ஆயிரம் யானை பலம் வரமாகக் கொடுத்தான். தாடகை என்று பெயரிட்டு வளர்த்துவந்த சுகேது, உரிய பருவத்தில் அவளை, ஜர்ஜன் என்ற யட்சன் ஒருவனின் புதல்வன் சுந்தன் என்பவனுக்குத் திருமணம் செய்துகொடுத்தான். இருவருக்கும் மாரீசன் என்ற யட்சன் ஒருவன் அதிக பலத்துடன் பிறந்தான். சுந்தன் ஏற்கெனவே அகஸ்திய முனிவரைத் தொந்தரவு செய்யப் போய், அவர் அவனைச் சபித்துவிட்டார்.

தாடகையும் மாரீசனும் ஆவேசம் கொண்டு, பதிலுக்கு அகஸ்தியரைத் தாக்குவதற்குக் கிளம்பினார்கள். அகஸ்தியர் மாரீசனை ஒரு இராட்சசனாக மாறும்படி சாபமிட்டார். தாடகையைப் பயங்கரக் கோரமானப் பெண்ணாக மாற்றினார்.'

இவ்வாறு பாலக் காண்டத்திலேயே அகஸ்தியரைப் பற்றிய குறிப்பு வந்துள்ளது.

இனி இராமாயணத்தின் காலத்திற்கு வருவோம்.

வேதங்களை வடமொழியிலிருந்து ஆங்கிலத்துக்கு முதன்முதலில் மொழிபெயர்த்த திருவாளர். ரால்ஃப் டி.ஹெச். கிரிஃப்த் (Ralph T.H. Griffith) அவர்கள் மொழிபெயர்த்த வால்மீகி இராமாயணத்திலிருந்து, முன்னுரையில் அவர் இராமாயணக் காலம் குறித்துக் கூறுவதைப் பார்ப்போம்.

இராமாயணம் பற்றிய செய்திகள், கல்ஹனர், காஷ்மீரத்தில் ஆண்ட மன்னர்களின் வரலாற்றைக் கூறும் 'ராஜ தரங்கிணி' என்ற நூலில் இடம் பெற்றுள்ளன. ராஜ தரங்கிணியின் காலம்

பொ.யு.மு.1200 என்று வரலாற்று ஆசிரியர்களால் ஒப்புக் கொள்ளப்பட்டுள்ளது. கல்ஹனர் குறிக்கும் மன்னர்களின் வரிசையில் இரண்டாவதாகக் குறிப்பிடப்படும் தாமோதரன் என்ற மன்னனின் அந்தணச் சாபம் ஒன்றைப் பற்றியும் அதற்கான தீர்வு குறித்தும் ராஜ தரங்கிணி கூறுவது, 'எந்த மன்னன் அந்தணர்களை இழிவுபடுத்தினானோ, அவன் பண்டிதர்களை அரண்மனைக்கு வரவழைத்து, வால்மீகி முனிவர் இயற்றிய இராமாயணக் காவியம் முழுவதையும் கேட்டு முடிக்கும்போது அவனது சாபம் நீங்கும்' என்பதாகும். ஒரு மன்னரின் ஆட்சியாண்டு காலம் பொதுவாக 24 என்ற கணக்கின் மூலம் இராமாயணத்தின் காலம் கணக்கிடப்பட்டது.

யவனர் என்ற சொல் வருவதை வைத்து இராமாயணம் அலெக்சாண்டர் காலத்தைச் சேர்ந்தது என்று வாதிடுவோருக்கு கிரிஃப்த், மற்றொரு ஜெர்மானிய எழுத்தாளர் ஃபிரடெரிக் வான் ஷேகல் (Friedrich von Schlege) இராமாயணம் குறித்துக் கூறியிருப்பதை எடுத்தாள்கிறார்.

> "இராமாயணக் காவியத்தின் காலம் குறித்து எவ்வித அறிவும் இல்லாதவர்களாகவே நாம் இருக்கிறோம். அல்லது இராமாயணம் கூறும் புராணப் பகுதிகளின் காலம் தெரியாமல் இருக்கிறோம். ஒருவேளை ஹோமரும் வால்மீகியும் சமகாலத்தவர்களாக இருந்திருக்கலாம். இறந்த கணவனுடன் உடன்கட்டை ஏறும் பழக்கம் பரவலாக இருந்ததைக் குறிப்பிடும் அலெக்ஸாண்டரின் கூற்றுப் பிரகாரமே இராமாயணம் வால்மீகி காலத்தில் எழுதப்பட்டது இல்லை என்பது உறுதியாகிறது. இராமாயணத்தில் எந்த இடத்திலும் பத்தினிப் பெண்கள் கணவன் இறந்த பின்னர் தீயில் இறங்கியதாகக் குறிப்பிடப்படவில்லை."

நம்மால் இதற்கும் முந்தையது இராமாயணம் என்று கூறலாமே தவிர இராமாயணக் காலத்தை நிர்ணயிக்க முடியாதவர்களாகவே இருக்கிறோம். இராமாயணம் எழுதப்பட்ட காலத்தை நிர்ணயிக்க முடியாதது போலவே அதில் குறிப்பிடப்படும் அகஸ்தியரின் காலத்தையும் நிர்ணயிக்க முடியாமல் உள்ளோம்.

வால்மீகி இராமாயணத்தில் ஆரண்யக் காண்டம் பதினோராவது சருக்கம்.

காட்டில் இராமர் முன்னால் செல்ல, அவருக்குப் பின்னால் மெல்லிடையாள் சீதையும், அவர்கள் இருவருக்கும் பின்னால் இலக்ஷ்மணன் ஆயுதம் ஏந்தியும் சென்றனர். மூவரும் பல

மலைச்சிகரங்களையும் காடுகளையும் நதிகளையும் நதிகளில் உள்ள மணற்திட்டுகளையும், அந்த மணற்திட்டுக்களில் விளையாடும் பறவைகள், மிருகங்களையும் பார்த்துக்கொண்டே சென்றனர். வெகுதூரம் நடந்து வந்தவர்கள் மாலைப் பொழுது முடியும் வேளையில் ஒரு தடாகத்தைக் கண்டனர்.

தாமரை மலர்களின் கும்பல், யானைகளின் அணிவகுப்பு, அன்னங்களின் களிநடனம் என்று அந்தத் தடாகம் உயிர்ப்புடன் இருந்தது. அதன் அருகில் பாட்டொலியும், பல இசைக்கருவிகளின் ஒலியும் கேட்டாலும் ஒருவரும் கண்ணுக்குப் புலப்படவில்லை. அப்போது அருகில் வந்துகொண்டிருந்த தருமபிருதர் என்ற முனிவரைப் பார்த்து இராமர், "இது என்ன விந்தையாக உள்ளதே! இதில் ஏதாவது ஆச்சரியம் உள்ளதா? இல்லை என்றாலும் இதன் அகஸ்தியம் சொல்லுங்கள்" என்றார். இங்கே அகஸ்தியம் என்பது வெளிப்படையாகத் தெரியாதது, அதாவது உட்பொருள் என்று பொருளாகும்.

தருமபிருதரும், மாண்டகர்ணி என்ற முனிவரின் தவத்தைக் கலைக்க எண்ணிய தேவர்கள் ஐந்து தேவ கன்னிகைகளை அனுப்ப, அவர்களுடன் தாம்பத்தியம் மேற்கொண்டு அந்தத் தடாகத்தின் அடியில் குடியிருப்பதாகவும் அவர்கள் சந்தோஷமாக இருக்கும்போது பாடும் பாடல்களின் ஒலியே அது என்றும் கூறினார்.

அங்கிருந்த ஆசிரமங்களில் எல்லாம் இராமருடன் மற்ற இருவரும் ஒருசில மாதங்கள் என்ற கணக்கில் தங்கி, இறுதியாக சுதீக்ஷ்ண முனிவரின் ஆசிரமத்திற்கு வந்து சேர்ந்தனர். அவரிடம் அகஸ்தியரின் ஆசிரமம் செல்லும் வழியைக் கேட்டுக்கொண்டு அகஸ்திய முனிவரின் ஆசிரமம் நோக்கிப் புறப்பட்டுச் சென்றனர். மீண்டும் பல காடுகளையும் மலைகளையும் நதிகளையும் கடந்தபடி மகிழ்வுடன் நடந்தனர்.

பழுத்த பிப்பலிப் பழங்களின் வாசனை வருகிறது (பிப்பலி=வால்மிளகு). பிப்பலிப் பழங்களின் வாசனைதான் அவர் ஆசிரமம் இருப்பதற்கு அடையாளம். அகஸ்தியர்தான் இங்குள்ளவர்களுக்கு யம பயம் போக்கியவர்" என்றார் இராமர்.

"எவ்வாறு யம பயம் போக்கினார்?" என்று சீதை வினவினாள்.

இராமர் அப்போது வாதாபி இல்வலன் கதைகளைக் கூறினார். மற்ற புராணங்களில் உள்ளது போலவே அந்தக் கதையும் உள்ளது. பிறகு அவர்கள் அகஸ்தியரின் தம்பியின் ஆசிரமத்திலிருந்து

ஒருநாள் இரவைக் கழித்து, மறுநாள் அருகில் இருந்த அகஸ்தியர் ஆசிரமம் நோக்கிச் சென்றனர். வழியெங்கும் கடம்பு, பலா, ஆச்சா, வேங்கை, மகிழ், தவம், சிரிவில்வம், இலுப்பை, வில்வம், திந்துகம் முதலிய மரங்கள் அடர்ந்து காணப்பட்டன. அநேகக் காட்டுமரங்கள் யானைகளின் துதிக்கைகளினால் பறிக்கப்பட்டும், கசக்கப்பட்டும், மிதிக்கபட்டும் நிலைகுலைந்து கிடந்தன.

"லக்ஷ்மணா! இங்கு மரங்கள் அடர்ந்து பச்சை பசேலென்று உள்ளன. அகஸ்தியரின் ஆஸ்ரமம் அருகில்தான் இருக்க வேண்டும். களைத்து வருபவர்களின் இளைப்பைப் போக்கும் ஆசிரமம் அது. பெயருக்கேற்ற ஆசிரமம். அகஸ்தியர் இங்கே வந்த பிறகுதான் மற்ற முனிவர்கள் எல்லாம் நிம்மதியுடன் வாழ்கிறார்கள். எந்த முனிவரின் வருகைக்குப் பின்னர் அரக்கர்கள் தென்திசை நோக்கி வருவதற்கு அஞ்சுகின்றனரோ, அந்த முனிவரின் ஆசிரமம் நெருங்கிவிட்டது. மஹா தபஸ்வியான அவர் இங்கே வந்த பிறகுதான் அரக்கர்கள் தங்கள் பகைமை நீக்கி நட்புறவு பூண்டுள்ளனர். அவரது பெயரைக் கொண்டே இந்தத் தென்திசை 'அகஸ்தியர் திசை' என்ற பெயருடன் விளங்குகிறது.

இந்த ஆசிரமம்தான் சூரியனை வழிமறித்து உயர்ந்து நின்ற விந்திய மலையை, மேலும் வளரவிடாமல் செய்தது. அகஸ்தியர் தீர்க்க ஆயுளைப் பெற்றவர். சாதுக்களின் மித்திரன். கொடியவர்களின் சத்ரு. இத்தகைய அகஸ்திய முனிவரை, தேவர்கள், கந்தர்வர்கள், சித்தர்கள், முனிவர்கள் என்று பலரும் உபாசித்து வருகின்றனர். அகஸ்தியரின் ஆசிரமத்தைச் சுற்றிலும் பொய்யுரைப்பவர்கள், கொடியவர்கள், கெட்ட நடத்தையுடையவர்கள் வசிக்க முடியாது. இவ்விடத்தில் தேவர், இயக்கர், நாகர், பதகர் எல்லோரும் நியதமான உணவை உண்டுகொண்டு, தர்மத்தை ஓம்பிகொண்டிருக்கிறார்கள். இங்குதான் சித்தர்கள் தங்களது பரு உடலை நீக்கி, சொர்க்கலோகம் சென்று வருகின்றனர். அப்பா லக்ஷ்மணா! நாம் அவர் ஆசிரமத்திற்கு வந்துவிட்டோம். நீ சென்று, சீதையுடன் நான் வந்திருக்கும் செய்தியைக் கூறி வருவாய்" என்றார்.

இந்த இடத்தில் இராமர் இவ்வாறு கூறுவதால் அகஸ்தியரின் செயற்திட்டம் குறித்த விரிவும், அதன் நன்மையான பயன்களும் நமக்குத் தெளிவாக விளங்குகின்றன.

இலக்ஷ்மணன் உள்ளே சென்று ஒரு முனிவரிடம் சொல்ல, அவர் அக்னிஹோத்திர சாலைக்குள் சென்று அங்கிருந்த அகஸ்திய முனிவரிடம். இராமர், தன் தம்பி மற்றும் மனைவியுடன்

வந்திருப்பதைக் கூறியதும், அகஸ்தியர் “நெடுநாட்களானாலும் இராமர் வந்து என்னைப் பார்க்கவருவது நல்லது. நானே அவர்கள் என்னைப் பார்க்க வேண்டும் என்று எண்ணியிருந்தேன். உடனே அவர்களை அழைத்து வா. அவர்கள் இங்கே பிரவேசிக்க எதற்கு அனுமதி கேட்க வேண்டும்?” என்றார்.

மூவரும் அகஸ்தியரின் ஆசிரமத்திற்குள் நுழைந்து சென்றனர். ஆசிரமத்தின் உள்ளே அக்னி இடம், விஷ்ணு இடம், மகேந்திரன் இடம், சூரியன் இடம், சந்திரன் இடம், சிவபூஜை பண்ணும் இடம், குபேரன் இடம், தாதாவின் இடம், விதாதாவின் இடம், வாயுவின் இடம், ஸர்ப்பராஜன் இடம், ஆதிசேஷன் இடம், காயத்திரியின் இடம், வசுக்களின் இடம், கையில் பாசம் பிடித்த வருணன் இடம், சுப்ரமணியன் இடம், தர்மதேவதையின் இடம் ஆகிய எல்லாவற்றையும் பார்த்துக்கொண்டு சென்றனர்.

அப்போது எதிர்ப்பட்ட அகஸ்தியரை மூவரும் வணங்கி நின்றனர். அகஸ்தியர் மகிழ்ச்சி பெருக ஸ்ரீராமனை நெஞ்சாரத் தழுவி தீர்த்தமும், ஆசனமும் அளித்து வரவேற்றார். அம்மூவருக்கும் அதிதி உபசார முறைப்படி அர்க்கியம், ஆசமநீயம் கொடுத்து, புஷ்பங்கள் முதலியவற்றால் அவர்களை அர்ச்சித்து கந்தமூலங்களாகிற உணவுவகைகளைக் கொடுத்தார். (கந்தமூலம் என்பது காய், கிழங்கு வகை உணவுகளைக் குறிப்பது.)

பிறகு இராமரைப் பார்த்து, “மானிடர்களில் உத்தமனே! அதோ பொன்னாலும், மணிகளாலும் இழைக்கப்பட்டுள்ள இந்த வில்லானது விஷ்ணுவின் தனுசாகும். விசுவகர்மா செய்தது. இந்தப் பாணம் ஒருபோதும் தப்பாத உத்தம பாணம். இதுவன்றி நுனியில் அக்னியின் நெருப்பு போல விளங்கும் அம்புகள் நிறைந்த அம்பறாத்தூணிகள் இரண்டினை அளிக்கிறேன். இந்த அம்புகள் எனக்கு இந்திரனால் வழங்கப்பட்டவை. இன்னும் தங்கப்பிடியுடன் கூடிய கூரிய வாள் ஒன்றும் என்னிடம் உள்ளது. இந்தத் தனுசுவின் உதவியுடன்தான் மஹாவிஷ்ணு அசுரர்களை வெற்றி கொண்டார். இந்தத் தனுசு, அஸ்திரம், அம்புகள் நிறைந்த அம்பறாத்துணி இரண்டு, கூர்வாள் ஆகிய நான்கையும், இந்திரன் போரில் வெல்ல வச்சிராயுதத்தைப் பெற்றது போல, நீங்களும் பெற்றுக் கொள்ளுங்கள்” என்றார்.

ஆயுதங்கள் குறித்துக் கூறப்படுவதை வைத்து, அகஸ்தியரின் யாத்திரையின் நோக்கம் ஓரளவிற்கு விளங்குகிறது.

ஆயுதங்களைப் பெற்றுக்கொண்டதும், அவர்கள் மூவரும் அவரது ஆசிரமத்தை நாடி வந்ததை எண்ணித் தான்

மிகவும் மகிழ்ச்சி கொள்வதாக இராமர் கூறினார். சீதையின் பெருமைகளை வானளாவப் புகழ்ந்தார். இராமர் பர்ணசாலை அமைத்துத் தங்குவதற்கு ஓரிடம் குறித்து அகஸ்தியரிடம் கேட்க, அவர் அருகில் கோதாவரி நதிக்கரையில் பஞ்சவடி என்ற இடம் இருப்பது குறித்துக் கூறுகிறார். இராமர் அவரிடமிருந்து விடைபெற்றுக்கொண்டு பஞ்சவடி நோக்கிப் பயணித்தார்.

மீண்டும் வால்மீகி இராமாயணத்தில் அகஸ்தியர் பற்றிய குறிப்பு கிஷ்கிந்தா காண்டத்தில் சுக்ரீவன் தனது படையினரை அழைத்து, சீதையைத் தென்திசையில் தேடுவதற்கு உத்தரவிடும்போது, இரண்டு இடங்களில் குறிப்பிடப்பட்டுள்ளது. ஒன்று, காவிரியின் பெருமையைக் கூறிவிட்டு அதன் அருகில் மலயமலையில் அகஸ்தியரின் ஆசிரமம் இருப்பதைச் சுக்ரீவன் கூறுவான்.

இரண்டாவதாக, மகேந்திர மலையைப் பற்றிக் கூறும்போது அகஸ்தியரைப் பற்றிய ஒரு குறிப்பைத் தருவார் வால்மீகி.

> '...அதை விட்டு அப்பால் சென்றால் முத்தாலும் மணியாலும் அலங்கரிக்கப்பட்ட பாண்டி நாட்டின் கதவைக் காண்பீர்கள். அதன்பின் தென்சமுத்திரத்தை அடைந்த பின்னர், வேண்டியதை நிச்சயம் பண்ணுங்கள். அந்தச் சமுத்திரத்தின்கண் மலைகளுள் சிறந்ததும், சித்திரமான பலவிதக் குன்றுகளை உடையதும், பொன்மயமானதும், நானாவிதச் செடிகளும், மரங்களும் செறிந்ததும், தேவர்களும், ரிஷிகளும், யட்சர்களும், அபசரஸ் பெண்களும் வந்தும் தங்குவதும், சித்தர்களும் சாரணர்களும் கூட்டம் கூட்டமாய் வந்து தங்குவதுமாகிய, அழகிய மகேந்திரமலை மூழ்கிக் கிடக்கின்றது. அது அகஸ்திய முனிவரால் அங்கு வைக்கப்பட்டது...'*

வால்மீகியிடம் வேறு குறிப்புகள் இல்லை. மகேந்திர மலை எதற்காக அகஸ்தியரால் தென்திசைச் சமுத்திரத்தின் நடுவில் வைக்கப்பட்டது, அந்த மலை இப்போது எங்கே உள்ளது, கடல் கொண்ட தென்தமிழ்நாட்டில் அந்த மலையும் மூழ்கிவிட்டதா போன்ற பல கேள்விகள் எழுந்தாலும், அவற்றிற்கு இன்னும் விடை கிடைக்கவில்லை.

---

*1907ம் ஆண்டில் பதிப்பிக்கப்பட்ட பண்டித நடேச சாஸ்திரி என்பவராலும், திரிகோணமலை த.கனகசுந்தரம் என்பவராலும் மொழியாக்கம் செய்யப்பட்ட வால்மீகி இராமாயண கிஷ்கிந்தா காண்ட வசன உரை நூலிலிருந்து அப்படியே கையாளப்பட்டது.

மகேந்திர மலை குறித்து பிரம்ம புராணத்தில் குறிப்புகள் உள்ளன. ரிஷிகளின் பெருங்கூட்டம் ஒன்று பிரம்மாவுடன் நீண்ட உரையாடல் ஒன்றை நிகழ்த்துவதாக அதில் குறிப்பிடப்பட்டுள்ளது. காச்யபர், ஜமதக்னி, பரத்வாஜர் என்று தொடங்கி ஐம்பத்திரண்டு ரிஷிகளின் பெயர்களைப் பட்டியலிட, அவற்றில் ஒருவர் அகஸ்திய முனிவராகும். அதே அத்தியாயத்தில் ஒவ்வொரு பகுதியில் உள்ள ஆறுகள் குறித்த குறிப்புகள் உள்ளன. தென்திசையைப் பற்றிக் குறிப்பிடும்போது மலயமலை குறித்தும் அதிலிருந்து உற்பத்தியாகும் நான்கு நதிகளான கிருதமாலா, தாமிரபரணி, புஷ்பவதி, உத்பலவதி என்ற நான்கு ஆறுகளைக் குறிப்பிட்டுள்ளனர். அதே பகுதியில் மகேந்திர மலை குறித்தும் குறிப்பு உள்ளது.

பத்ம புராணத்தில் இராமர், இராவணனையும் கும்பகர்ணனையும் வதம் செய்த பின்னர், அகஸ்தியரிடம் இராவணன் குலம் கோத்திரம் போன்றவற்றைக் கேட்கும்போது, அகஸ்தியர் இராவணனின் தோற்றம் குறித்து எல்லாவற்றையும் கூறுவார். இராவணன் பிறப்பால் ஒரு பிராமணனுக்குப் பிறந்தவன் என்பதை அறிந்ததும் தான் ஒரு பிராமணனைக் கொன்றதற்கு இராமர் வருத்தப்பட, அகஸ்தியர் அவருக்கு அஸ்வமேத யாகம் செய்வதன் மூலம் பிரம்மஹத்தி தோஷம் விலகும் என்று எடுத்துரைப்பார்.

அடுத்து கம்ப ராமாயணத்தில் அகஸ்தியர் குறித்து ஆரண்யக் காண்டத்தில் வருபவற்றைப் பார்ப்போம்.

வால்மீகி இராமாயணம் எழுதிப் பல்லாயிரம் ஆண்டுகள் சென்ற பின்னரே கம்பர் இராமாயணம் படைக்க வந்தார். அதற்குள் விஷ்ணு கலாச்சாரம் என்பது பெரிய அளவில் வளர்ந்து, கம்பருக்கு முன்னால் தோன்றிய இராமானுஜர், இராமரை வெகு உயரத்தில் வைத்துவிட்டார். எனவே வால்மீகி, தான் நேரில் கண்ட இராமன் என்ற உயர்ந்த மானுடனைப் பற்றிப் பாடினால், கம்பர் இராமர் என்ற தெய்வத்தைப் பாடினார். அகஸ்தியர் குறித்துப் பல செய்திகள் வால்மீகி இராமாயணத்தில் கிடைப்பது போலக் கம்ப இராமாயணத்தில் கிடைக்கவில்லை. ஆனால் வால்மீகி கூறாத ஒரு சொல்லை அடைமொழியாகக் கம்பர் பிரயோகிக்கிறார். அகஸ்தியர் அவர்களை எதிர்கொள்ளும்போது கம்பர் ஓர் அழகான பாடல் மூலம் அகஸ்தியரை அறிமுகப்படுத்துகிறார்.

ஆண்தகையர் அவ்வயின் அடைந்தமை அறிந்தான்
ஈண்டு உவகை வேலைதுணை ஏழுலகும் எய்த

*மாண்ட வரதன் சரண் வணங்க எதிர் வந்தான்...*
*நீண்ட தமிழால் உலகை நேமியின் அளந்தான்*

'நீண்ட தமிழால் உலகம் முழுவதையும் அளந்தவன்' என்று வால்மீகி இராமாயணத்தில் எவ்விடத்திலும் அகஸ்தியரை குறிப்பிடும் இடங்களில் கூறாத தமிழை, கம்பர் அகஸ்தியனுக்குப் பெருமை சேர்க்கும் விதமாக அமைத்துள்ளார். அதற்குக் காரணமும் இல்லாமல் இல்லை. வால்மீகி இராமாயணத்திற்கும் கம்ப இராமாயணத்திற்கும் இடையில் காலவெளி மிக அதிகம். ஒரு நாகரிகம் இன்னொரு நாகரிகத்துடன் கலக்கும்போது ஒன்றுக்குள் இருக்கும் கூறுகள் மற்றொன்றிற்குள் கலப்பது ஏற்றுக்கொள்ளப்படுவது இயற்கையே.

மற்றபடி வால்மீகி, அகஸ்தியரின் பெருமைகளைக் கூறும் வரலாற்றுச் செய்திகளைக் கம்பரும் அப்படியே கூறுகிறார். விந்தியக் கர்வம் அழித்தது, வாதாபி, இல்வலனை அழித்தது, கடலை உள்ளங்கையில் வாங்கிப் பருகியது எல்லாவற்றையும் அப்படியே கூறும் கம்பன், அகஸ்தியர் குறித்து மேலும் இரண்டொரு கூடுதல் செய்திகளைக் கூறுகிறார்.

*உழக்கும் மறை நாலினும் உயர்ந்து, உலகம் ஓதும்*
*வழக்கினும், மதிக் கவியினும், மரபின் நாடி*
*நிழற்பொலி கணிச்சி மணிநெற்றி உமிழ் செங்கண்*
*தழற்புரை சுடற் கடவுட்தந்த தமிழ் தந்தான்*

எளிய விளக்கம். ஒளிவிளங்கும் மழுவையும் நெற்றிக்கண்ணையும் கொண்ட சிவபெருமான் தந்தருளிய தமிழ் இலக்கணத்தை, நான்கு மறைகளையும் விடவும் படிப்பவர் எளிதில் புரிந்துகொள்ளும் வண்ணம் தென்னாட்டவர் பயனுறும் வண்ணம் அகஸ்தியன் வகுத்துத் தந்தான்.

நான் ஆய்வுக்கு எடுத்துக் கொண்ட நூல்களில் வால்மீகி இராமாயணத்திற்கு 1928ம் ஆண்டு திருவல்லிக்கேணி வை.மு. சடகோபராமானுஜாசாரி மற்றும் சே.கிருஷ்ணமாச்சாரியார் இருவரும் எழுதிய உரைநூலில் உள்ளவற்றைத்தான் இந்த நூலுக்குப் பயன்படுத்தியுள்ளேன்.

இந்த உரையாசிரியர்கள் மேலும் சில தகவல்களை அளிக்கின்றனர்.

வால்மீகி இராமாயணத்தில், சிவபெருமான் உமையம்மை திருமணத்திற்குத் தேவர்கள் இமயமலையில் கூடியதால் வடக்கு தாழ்ந்து தெற்கு உயர, அதனைச் சமன்செய்ய அகஸ்தியர் சிவபெருமானால் தென்திசை நோக்கி அனுப்பப்பட்டார் என்ற

கதை கிடையாது. ஆனால் கம்பரோ 'மேல்நாள் வடாது திசை நீசம் உற' என்று கூறுவதால் அகஸ்தியர் தென்திசை நோக்கி வந்ததன் காரணம் மேலும் ஒரு பரிமாணத்தைப் பெறுகிறது.

அடுத்து அகஸ்தியர் தமிழுக்கு இலக்கணம் வகுத்த செய்தி வால்மீகி இராமாயணத்தில் எவ்விடத்திலும் இடம்பெறாதபோது, கம்பர் தனது இராம காதையில் 'சுடர் கடவுள் தந்த தமிழ் தந்தான்' என்று கூறுவதன் மூலம் சிவபெருமான் அவருக்கு ஓதிய தமிழைத் தான் வாங்கிக்கொண்டு, அதற்கு அகஸ்தியன் இலக்கணம் வகுத்தான் என்று கூறுவார். 'உழக்கும் மறை நாலினும் உயர்ந்த தமிழ்' என்பதன் மூலம் தமிழ், வேதங்களை விடச் சிறந்தது என்று தனது தமிழ்ப் பற்றை வெளிப்படுத்துவார்.

கம்பராமாயண உரையாசிரியர்கள் அழகாக ஒரு கதையைக் கூறுகின்றனர். இதற்கு வழிவழியாக ஏதோ ஒரு மூலம் இருந்திருக்க வேண்டும். அவற்றைப் பற்றி எதுவும் கூறாமல் அவர்கள் சொல்லும் கதையை இங்கே தருகிறேன்.

சமஸ்கிருதப் பாஷையை மேலும் வளர்க்க (சமஸ்கிருதத்தை மேலும் வளர்க்க வேண்டிய அவசியம் இல்லை. யஜுர் வேதத்தின் பொழுதே அது மிக உன்னத மொழியாக மாறிவிட்டது.) காசியில் ஒரு சங்கம் நிறுவினார்கள். அகஸ்தியரும் சங்க உறுப்பினர். சமஸ்கிருதத்தைப் போலச் சிறந்த மொழி இல்லை என்று அவர்கள் கர்வத்துடன் விவாதிப்பதைக் கேட்டுக் கேட்டு அலுத்துப் போய் அகஸ்தியர் ஒருநாள் சிவபெருமானிடம் முறையிட்டார். அப்போது அந்த மண்டபத்தில் திவ்ய பரிமள கந்தம் வீசவே, "எம்பெருமானே! இதென்ன இப்படி ஒரு பரிமளமான வாசனை?" என்று சிவபிரானிடம் அகஸ்தியர் வினவினார். சிவபெருமான் மண்டபத்தின் மூலையில் கிடந்த சில ஏடுகளைக் காட்டினார். வாசனை அந்த ஏடுகளிலிருந்து வருவதை உணர்ந்த அகஸ்தியர் "அமிழ்து அமிழ்து" என்று கூற, அதுவே தமிழ் தமிழ் என்று மாறி ஒலித்தது. சிவபெருமானின் ஆணைப்படி அந்த ஏடுகளை எடுத்துக்கொண்டு தென்திசை சென்று, பொதிகை மலையில் பல்லாயிரம் ஆண்டுகள் தியானத்தில் இருந்து, தமிழுக்கு அகஸ்தியம் என்ற இலக்கண நூலைப் படைத்தார். அதோடு நின்றுவிடாமல் தொல்காப்பியர் முதலிய பன்னிரு மாணவர்களை உருவாக்கி, அவர்களுக்கும் தமிழ் கற்றுக் கொடுத்தார்.

# மகாபாரதத்தில் அகஸ்தியர்

அகஸ்தியரின் கதை மிக விஸ்தாரமாகச் சொல்லப்பட்ட நூல் மகாபாரதமே ஆகும். அகஸ்தியரின் தர்மபத்தினியான லோபாமுத்திரை குறித்தும் விளக்கமான பகுதிகள் உள்ளன.

வனபர்வத்தில் பாண்டவர்கள் தீர்த்த யாத்திரை செல்லும்போது, பாண்டவர்களின் குல புரோகிதரான தௌமியர், பாண்டவர்களுக்கு பல நல்ல விஷயங்களை எடுத்துரைத்துக்கொண்டே உடன் செல்கிறார். அப்போது பாரதத் தேசத்தின் நான்கு திசைகளிலும் உள்ள புண்ணிய தீர்த்தங்களின் மகிமைகளைக் கூறவரும்போது தாமிரபரணி குறித்தும் அங்கிருக்கும் அகஸ்தியரின் ஆசிரமம் குறித்தும் கூறுவார்.

'எந்தத் திசையில் புண்ணியம் மிகுந்த மலர்வனங்கள் அதிகமாக உள்ளதோ, தபசிகள் வசிப்பதற்கு ஏற்ற இடங்கள் உள்ளனவோ, அந்த, அதிக நீர் நிறைந்து காணப்படும் கோதாவரி ஓடும் தென்திசையில் உள்ள புண்ணிய தீர்த்தங்களின் பெருமைகளைக் கேள்!' என்று தொடங்கிப் பல தீர்த்தங்களின் மகிமைகளைச் சொல்லிக்கொண்டு வரும் தௌமியர் தாமிரபரணியின் பெருமையை இவ்வாறு கூறுவார்.

> 'யுதிஷ்டிர! பாண்டியத் தேசத்தில் அகஸ்திய தீர்த்தம், வருணத் தீர்த்தம் எனப்படும் புண்ணிய தீர்த்தங்கள் உள்ளன. தாமிரபரணியைப் பற்றிக்

கூறுவேன் கேள். மோட்சப் பலனை வேண்டித் தேவர்கள் தவம்செய்த இடமான கோகர்ணம் தென்திசையில் உள்ளது. அங்கே ஒரு மடுவில் புண்ணியம் மிக்க குளிர்ந்த நீர் உள்ளது. அந்த இடத்திலுள்ள தேவசஹம் என்ற மலையில் அடர்ந்த மரங்களால் சூழப்பட்ட அகஸ்திய முனியின் சீடரின் ஆசிரமம் உள்ளது. அந்தப் பிரதேசத்தில், அதிக ஒளி பொருந்தியதும், நவரத்னமணிகள் நிறைந்ததும், மங்களகரமானதுமான வைடூரிய மலை உள்ளது. அந்த மலையில் கிழங்குகளும் கனிகளும் மிகுந்து காணப்படும் அகஸ்தியரின் ஆசிரமம் உள்ளது.'

இவ்வாறு கூறும் மகாபாரதத்தில் தாமிரபரணி குறித்தும் அகஸ்தியரின் ஆசிரமம் குறித்தும் ஒரு தெளிவில்லாமல் உள்ளது. வால்மீகி இராமாயணத்தில் ஒவ்வொரு ஆசிரமம் இருக்கும் இடமும் அவற்றின் புவியியல் விவரங்களும் தெளிவாக வரையறுக்கப்பட்டுக் கூறப்பட்டுள்ளதைப் போல மகாபாரதத்தில் இடங்களும் அவற்றின் அமைப்பும் தெளிவாக இல்லை.

யுதிஷ்டிரர் தனது உடன்பிறந்தவர்கள் மற்றும் சகாக்களுடன் சேர்ந்துகொண்டு தீர்த்த யாத்திரை மேற்கொள்ளும்போது வழியில் அகஸ்தியரின் ஆசிரமத்தை அடைந்தார். வாதாபி ஆட்சி புரிந்த மணிமதீ நகருக்குள் சென்றார். அப்போது லோசமர் என்ற முனிவர் வாதாபி இல்வலன் கதையைக் கூறத் தொடங்கினார்.

"முன்னொரு காலத்தில் மணிமதீ என்ற நகரில் இல்வலன் என்ற அசுரன் ஒருவன் இருந்தான். அவன் தவமும் சீலமும் மிக்க அந்தணன் ஒருவனை அணுகி, அவனது தவ வலிமையால் தனக்கு ஒரு ஆண்மகவு பிறக்க வழி செய்துதர வேண்டும் என்று கோரினான். ஆனால் தனது ஜபதபம், மந்திரங்கள் மூலம் அந்த அசுரனின் கோரிக்கையை அந்த அந்தணரால் பூர்த்திசெய்ய முடியவில்லை. ஆத்திரமடைந்த இல்வலனின் கோபம் அந்தணர்கள் பக்கம் திரும்பியது. அனைத்து அந்தணத் தபசிகளையும் கொல்வது என்ற சங்கல்பம் செய்துகொண்டான். அதற்கு அவனது தம்பி வாதாபி உதவியாக இருந்தான்.

மாயாவியான இல்வலன், தனது தம்பி வாதாபியை ஒரு ஆடாக மாறச் செய்வான். அந்த ஆட்டை அடித்துக் கொன்று, கறி சமைத்து, அதனைத் தனது இல்லத்திற்கு வரும் அந்தணர்களுக்கு உண்பதற்கு அளிப்பான். அவர்கள் உண்டு முடிந்ததும் இல்வலன் "வாதாபி வெளியில் வா!' என்று மூன்றுமுறை அழைப்பான்.

ஆட்டு வடிவில் இருக்கும் வாதாபியும் தனது சுயரூபம் பெற்று, எந்த அந்தணன் தன்னைப் புசித்தானோ, அவனது வயிற்றைக் கிழித்து வெளியில் வருவான். இவ்வாறு அந்தப் பகுதியில் உள்ள அந்தணர்கள் எல்லோரும் ஒவ்வொருவராக அழிந்து வந்தனர்.

இதே காலகட்டத்தில் அகஸ்தியர் ஒருமுறை ஒரு காட்சியைக் கண்டார். ஒரு பெரிய அதலபாதாளப் பள்ளம் ஒன்றையும் அதன் விளிம்பில் ஒரு மரத்தில் அவரது மூதாதையர்கள் தலைகீழாகத் தொங்கிக் கொண்டிருப்பதையும் பார்த்தார்.

“எதற்காக இப்படிப் பள்ளத்தில் தலைகீழாகத் தொங்கிக் கொண்டிருக்கிறீர்கள்?”

“உனக்குப் புத்திர பாக்கியம் வேண்டி.”

“எனக்கு இன்னும் திருமணம் ஆகவில்லை.”

“நாங்கள் உன்னுடைய சொந்தப் பித்ருக்கள். இந்தப் பள்ளத்தில் தொங்குவதிலிருந்து விடுபடவேண்டும் என்றால் உனக்கு ஒரு புத்திரன் பிறந்தால்தான் முடியும்.”

“எனக்குச் சிறிது அவகாசம் கொடுங்கள். எனக்கு ஏற்ற பெண்ணை நான் தேடித் திருமணம் செய்துகொண்டு, உங்களை உங்களது தற்போதைய நிலையிலிருந்து விடுவிக்கிறேன்.”

அதன் பின்னர் அகஸ்தியர் ஒவ்வொரு உயிரினங்களில் எந்தெந்த பாகம் சிறந்ததோ, அந்தந்த பாகங்களைக் கொண்டு ஓர் அழகிய பெண்ணை உருவாக்கினார். அந்தப் பெண்கருவை விதர்ப்பத் தேசத்து மன்னனுக்குப் பெண்ணாகப் பிறக்கும் வண்ணம் செய்தார். ஒரு மின்னற்கொடியினைப் போலப் பிரகாச ஒளியுடன் லோபாமுத்திரை விதர்ப்பத் தேசத்து மன்னனுக்கு மகளாகப் பிறந்தாள். லோபாமுத்திரை என்ற பெயருக்கு ஏற்றாற் போல் பிராணிகளின் கண்கள், இடை போன்ற முத்திரைகளுக்கு உலோபத்தை (வருத்தத்தை) ஏற்படுத்துபவளாக வளர்ந்தாள். நீரில் தாமரைக் கொடியைப் போலவும், அக்னியின் ஜுவாலையைப் போலவும் வேகமாக வளர்ந்து திருமணப் பருவத்தை எய்தினாள்.

சுயம்வரத்திற்கு ஏற்பாடு செய்யலாம் என்றால், அகஸ்தியருக்கு வரிக்கப்பட்டவள் என்று எந்த ஆண்மகனும் அவளை ஏறெடுத்தும் பார்க்கவில்லை.

அகஸ்தியர் நேரே விதர்ப்பத் தேசம் அடைந்து அந்த மன்னனின் அரண்மனைக்குள் பிரவேசித்து, “மன்னா! சொன்ன

வாக்குப்படி எனக்கு உம்முடைய புத்ரி லோபாமுத்திரையை மணம் செய்துகொடு” என்று கேட்டார்.

அழகும் யௌவனமும் வழிந்துபோகும் மகளை ஒரு அந்தண முனிவருக்குத் திருமணம் செய்துகொடுக்க மன்னனுக்கு விருப்பமில்லை. கொடுத்த வாக்கை மீறவும் அஞ்சினார்.

“அப்பா! எதற்காக அகஸ்தியர் வந்ததிலிருந்து உமது முகம் வாடியுள்ளது?” என மகள் லோபாமுத்திரை கேட்டாள்.

“உன்னை அகஸ்தியருக்குத் திருமணம் செய்துகொடுப்பதாக, எனக்குப் பிள்ளைப்பேறு இல்லாத சமயத்தில் வாக்குக் கொடுத்தேன். ஆனால் இப்போது ஒரு காட்டில் வசிக்கும் ரிஷிக்கு என் மகளைக் கொடுப்பதா என்று என் மனம் சஞ்சலப்படுகிறது.”

“கொடுத்த வாக்கை மீறுவது, காட்டில் வாழ்வதை விடக் கொடுமையானது தந்தையே! உமது வாக்கைக் காப்பாற்ற என்னை அந்த அந்தண முனிவருக்குத் திருமணம் செய்து கொடுங்கள்” என்றாள் லோபாமுத்திரை. சத்திய வசனம் அது.

விதர்ப்ப நாட்டு அரசனும் முறைப்படி ஹோமம் வளர்த்து, மகளை அகஸ்தியருக்குத் தாரை வார்த்துக் கொடுத்தான்.

அகஸ்தியர் லோபாமுத்திரையை, கட்டிய வஸ்திரத்தோடு தன்னுடன் கிளம்பி வரும்படி ஆணையிட்டார்.

“உங்களுடன் வருவதென்றால் இந்த ஆடை கூட வேண்டாம். மரவுரி தரித்தும் வருவேன்” என்ற உத்தமியை அழைத்துக்கொண்டு அகஸ்தியர் தனது ஆசிரமத்திற்குச் சென்றார்.

அகஸ்திய ரிஷி கங்காத்வாரத்திற்கு வந்து, பத்தினி லோபாமுத்திரையுடன் கடுந்தவம் புரிந்தார். லோபாமுத்திரையும் ஒரு சிறந்த ரிஷிபத்தினிக்கு உரிய முறையில் நடந்து கொண்டாள். புத்திர பாக்கியம் பெற வேண்டி அகஸ்தியர் ஒருநாள் லோபாமுத்திரையை நெருங்கினார்.

‘ஒரு மகரிஷி தனது பத்தினியை அடைவது புத்திர பாக்கியம் பெறுவதற்கு மட்டும்தான் என்பது எனக்குத் தெரியும். ஆனால் நான் ராஜ வம்சத்தில் அரண்மனையில் வளர்ந்தவள். என்னை அடைய வேண்டும் என்றால் என் தந்தையின் அரண்மனை வாசம் போல மாடங்கள் நிறைந்த மாளிகையில் மாணிக்கக் கட்டிலில்தான் அடைய முடியும். இந்த ஓலைக் குடிலில் இல்லை” என்று லோபாமுத்திரை தீர்மானமாகக் கூறிவிட்டாள்.

அகஸ்தியர் சிரித்தார்.

“லோபாமுத்திரா! உன்னுடைய தந்தையின் சம்பத்து உனக்கும் இப்போது இல்லை, எனக்கும் இல்லை. அப்படி இருக்கும்போது நான் உன்னைச் சந்தான பாக்கியத்துக்கு எப்படி, நீ கோரும் வண்ணம் சேர முடியும்?”

“இந்த ரிஷி பத்தினியின் உடைகளை, சந்தானச் சேர்க்கைக்காக நான் புனிதம் கெடச் சம்மதியேன். நீர்தான் தவ வலிமை மிக்கவர் ஆயிற்றே! உங்கள் தவ வலிமையால் ஒரு நொடியில் இந்த உலகத்தில் உள்ள தனத்தை இங்கே கொண்டுவர முடியுமே” என்றாள்.

“ஓர் அற்ப விஷயத்துக்காக நான் இத்தனை காலம் கட்டிக் காப்பாற்றிய தவத்தின் பயனை இழக்க விரும்பவில்லை” என்றார் அகஸ்தியர்.

“எது எப்படியோ தெரியாது, என்னை என் புத்தி சொல்லும் வழியில் நடக்க விடுங்கள்.”

“இனி நான் சொல்வதற்கு என்ன உள்ளது? ஒன்று செய்கிறேன். இந்தத் தேசத்தில் உள்ள மன்னர்களை எல்லாம் சந்தித்து, யாசகம் பெற்று வருகிறேன்” என்று கிளம்பினார்.

முதலில் அந்தஸ்ருதர்வா என்ற அரசனிடம் சென்றார். உரிய முறையில் வரவேற்று உபசரித்த மன்னனிடம் தனது நோக்கத்தைத் தெரிவித்து, “பிறரைத் துன்புறுத்தாமல் சக்திக்குத் தக்கபடி கொடுக்கவேண்டிய பாகத்தைக் கொடு” என்றார். அரசன் பொக்கிஷ அதிகாரியை அழைத்துக் கணக்குக் கேட்க, அவரும், வரவுக்கும் செலவுக்கும் சரியாக இருப்பதாகவும் அகஸ்தியருக்கு தானம் வழங்கினால் செலவு மிகுந்துவிடும் என்றும் கூறினார்.

அகஸ்தியர் அடுத்த மன்னனைப் போய்ப் பார்த்தார். அவனும் இதே பிலாக்கணத்தைப் பாடவே, இவ்வாறு ஒவ்வொரு மன்னரையும் அடைந்து சலித்துப் போனார். அந்த மன்னர்களுக்கும் அகஸ்தியரை வெறுங்கையுடன் அனுப்ப மனமில்லாமல் ஒன்றுகூடி ஆலோசித்தனர்.

பிரகலாதன் குலத்தில் பிறந்த இல்வலன் என்ற அசுரன் மிகப் பெரும் செல்வத்துடன் கூடியவனாக இருந்ததால் அவனிடம் சென்று தானமாக யாசித்தால் பொருள் கிடைக்கும் என்று அவர்கள் கூறவே, அவர்கள் அனைவரையும் அழைத்துக்கொண்டு அகஸ்தியர், இல்வலன் ஆட்சி செய்யும் மணிமதீயை அடைந்தார்.

இல்வலன் வழக்கம் போல அகஸ்திய ரிஷியை வரவேற்று, அவருக்கு ஆசனம், பாத்தியம், அர்க்கியம் முதலியவற்றைக் கொடுத்து நலம் விசாரித்தான். பிறகு அவரை நீராடிவிட்டு வரச் சொல்லி, விருந்துக்கு ஏற்பாடு செய்தான். ஏற்கனவே இல்வலனைப் பற்றி அறிந்திருந்த அகஸ்தியர் எதுவும் சொல்லாமல் நீராடச் சென்றார். அதற்குள் அண்ணன் இல்வலன், தனது தம்பியை ஒரு ஆட்டுக்கிடாவாக மாற்றி, அதனைப் பக்குவமாகக் கறி சமைத்து, அகஸ்தியருக்கு விருந்தாகப் பரிமாறினான். அவரது வயிற்றுக்குள் சென்ற வாதாபி, அண்ணனின் குரலுக்குக் காத்திருந்தபோது, அகஸ்தியர் தனது வயிற்றைத் தடவி "வாதாபியே! உலகத்தின் நன்மைக்காக நீ எனது வயிற்றில் ஜீரணம் ஆவாயாக!" என்று மூன்று முறை தட்டினார். இல்வலன், அகஸ்தியரின் தவ வலிமையினால் தனது தம்பி வாதாபி அவர் வயிற்றிலேயே மடிந்ததை அறிந்தான்.

இல்வலன் அகஸ்தியரின் தவ வலிமையை அறிந்து, இனிமேலும் இவரை முரண்டக் கூடாது என்று மந்திரிகளுடன் ஆலோசித்து அவர் வந்த காரணத்தைக் கேட்டறிந்தான்.

"இல்வலனே! நீ அதிகச் செல்வம் உடையவன் என்று அறிவோம். உனது சக்திக்கு ஏற்ப எஞ்சியுள்ள உன் செல்வத்தை எங்களுக்குப் பகிர்ந்து கொடு" என்று கேட்டார்.

"நான் உம்முடன் வந்துள்ள மன்னர்களுக்கு எவ்வளவு செல்வம் அளிப்பேன் என்பதை நீர் சரியாகச் சொல்லிவிட்டால், நான் உமக்கு அவர்களுக்கு அளிப்பதைப் போல இருமடங்கு செல்வத்தைத் தானமாகக் கொடுப்பேன்" என்றான் இல்வலன்.

அகஸ்தியர் ஒருமுறை கண்களை மூடி தியானித்தார்.

"நீ இந்த மன்னர்கள் ஒவ்வொருவருக்கும் பத்தாயிரம் பசுக்களும் பத்தாயிரம் பொன்னும் அளிக்க உத்தேசித்திருக்கிறாய்" என்றதும் இல்வலன் வியந்தான்.

"உமக்கு என்ன வேண்டும் கேளுங்கள்" என்றான்.

"இல்வலனே! அவர்களுக்கு அளித்ததை விட இருமடங்கு மதிப்பு வாய்ந்த பசும்பொன்னும், தங்கத் தேர் ஒன்றும், மனோவேகத்தில் செல்லக் கூடிய இரண்டு குதிரைகளும்" என்றார்.

அவன் அவ்வாறே அளித்து அவரை அனுப்புவது போல அனுப்பி, அவர் செல்லும்போது அவரை அழிக்க, பின்னால்

படையுடன் சென்றான். அகஸ்தியர் இல்வலனை ஒருமுறை திரும்பி எரிப்பது போலப் பார்த்து, அவனைச் சாம்பலாக்கினார்.

அதன் பிறகு லோபாமுத்திரையை அடைந்து, கொண்டுவந்த செல்வங்களை அவளிடம் சமர்ப்பித்தார். அவளும் அகமகிழ்ந்து அவருடன் ஒரு மைந்தனைப் பெறச் சம்மதித்தாள்.

“ஆயிரம் எண்ணிக்கையில் உள்ள புதல்வர்கள் வேண்டுமா, அல்லது ஆயிரம் புத்திரர்களின் பலமும் அறிவும் பெற்ற ஒரு புத்திரன் வேண்டுமா?” என்று அகஸ்தியர் லோபாமுத்திரையைக் கேட்க, அவளும் “சர்வ வல்லமை பொருந்திய ஒரு புத்திரன் போதும்” என்று கூறிவிட்டாள்.

லோபாமுத்திரை அகஸ்தியரின் கர்ப்பத்தை ஏழு வருடம் சுமந்தபின், பிறக்கும்போதே நான்கு வேதங்களையும் ஓதியபடியே புத்திரன் பிறந்தான். தினம் சமித்து வைத்து ஹோமக் காரியங்கள் செய்பவனைப் போல, பிறந்தவுடன் சமித்துக் குச்சிகளைப் பொறுக்கச் சென்றதால் அவனுக்கு ‘இத்மவாஹன்’ என்று பெயரிட்டு வளர்த்தார்கள்.

கிருதயுகத்தில் காலேயர்கள் என்ற அசுரர்கள் வேதநெறியில் வாழும் அந்தணர்களுக்குப் பெரும் சவாலாக விளங்கினர். அவர்களின் தலைவனாக விளங்கிய விருத்திராசுரன், தனது அசுரப் படையைக் கூட்டிக்கொண்டு, தேவர்களையும் தேவேந்திரனையும் ஓட ஓட விரட்டினான்.

தேவர்கள் பிரும்மாவின் கால்களைப் போய்ப் பிடிக்க, அவர் ததீசி முனிவர் எலும்புகளைக் கொண்டு வஜ்ராயுதம் செய்து அசுரனைத் தாக்கும் வழியைச் சொல்லிக் கொடுத்தார். தேவர்களும் ததீசி முனிவரின் ஆசிரமம் நோக்கிச் சென்றனர். இந்த இடத்திலும் ஓர் ஆசிரமத்தின் காடுகள், பறவைகள், நிரம்பிய நீர்நிலைகள், மிருகங்கள் பற்றிய குறிப்புகள் ஏராளமாக வருவதால் முனிவர்கள் ஓர் அருமையான சூழலில்தான் அந்தக் காலத்தில் வசித்துவந்துள்ளனர் என்பது உறுதியாகிறது.

தேவ காரியத்திற்காகத் ததீசி முனிவர் உயிர்த் தியாகம் செய்ய, அந்த எலும்பினை எடுத்துக்கொண்டு தேவேந்திரன் த்வஷ்டாவை அணுகினான். த்வஷ்டா, ததீசி முனிவருடைய எலும்பில் வச்சிராயுதம் செய்து இந்திரனிடம் கொடுக்க, அவன் விருத்திராசுரனைக் கொன்று, இழந்த தேவருலகை மீட்டான்.

ஆனால் தேவாசுர யுத்தத்தில் தப்பிப் பிழைத்த அசுரர்கள் கடலுக்கு அடியில் சென்று ஒளிந்துகொண்டனர். பகல் எல்லாம் கடலுக்குள் ஒளிந்து கொண்டு இரவு வேளையில்

வெளியில் வந்து ஆசிரமங்களில் இருக்கும் வேதநெறியில் உள்ள ரிஷிகளை அழிக்க முற்பட்டனர். கொடூரமானவர்கள், உலகை அழிக்கக் கிளம்பியவர்கள் போல உலகெங்கும் திரிந்து அந்தண ரிஷிகளை அழிக்கத் தலைப்பட்டனர். தங்களது வேத நெறியின் காரணமாக மெலிந்த தேகங்களை உடைய அந்தண முனிகள், சங்குகள் விழுந்து கிடப்பதைப் போல அசுரர்களால் கொன்று குவிக்கப்பட்டனர். உடைக்கப்பட்ட கலசங்களும் யாக குண்டங்களும் மலை போலக் குவிந்து கிடந்தன.

இரவில் முனிவர்கள் அலறி மலைமுகடுகள், குகைகளைத் தேடி ஓடுவதும் பகலில் ஆசிரமம் திரும்புவதுமான கண்ணாமூச்சி வெகுகாலம் தொடர்ந்தது. வேள்விகள் நின்று போயின. அவிர்ப்பாகம் கிடைக்கப் பெறாமல் தேவர்கள் பொலிவிழக்கத் தொடங்கினர். அனைவரும் விஷ்ணுவிடம் சென்று முறையிட்டனர். அசுரர்களை வதம்செய்த அவரது முந்தைய பெருமையை எடுத்துரைத்தனர்.

மகாவிஷ்ணு அகஸ்தியரின் உதவியை நாடச் சொன்னார். “அகஸ்தியர் ஒருவரால்தான் கடலை வற்றச் செய்யமுடியும். மிகுந்த தவவலிமை கொண்டுள்ள அவர் ஒரு நொடியில் கடல்நீரை வற்றச் செய்துவிடுவதில் வல்லவர். அவரை நாடுங்கள்” என்று கூறினார்.

தேவர்கள் ஒளிபொருந்திய அகஸ்தியரின் ஆசிரமத்தை அடைந்து, அவர் அதற்கு முன்னால் நகுஷனை அழித்த செயலையும், விந்திய மலையின் கர்வத்தை அடக்கிய பெருமையையும் கூறி, காலேயர்களிடமிருந்து தங்களைக் காப்பாற்ற, கடலைக் குடிக்குமாறு வேண்டிக்கொண்டனர்.

அகஸ்தியர் அவர்கள் கோரிக்கையை ஏற்றுக்கொண்டு கடலினை அள்ளிப் பருகப் புறப்பட்டார். மானிடர்களும் கந்தர்வர்களும் யக்ஷர்களும் கிம்புருடர்களும் அந்தக் காட்சியைக் காண்பதற்கு அணியாகத் திரண்டு அகஸ்தியர் பின்னால் சென்றனர்.

மித்திராவருணர்களின் புதல்வரான அகஸ்தியர், தேவர்கள் மற்றும் அங்குக் கூடியிருந்தவர்கள் முன்னிலையில், சமுத்திரத்தின் நீரை ஒற்றைக் கையில் வாங்கி, சாதாரணமாக நீரை முகர்ந்துகுடிப்பதைப் போலக் குடித்தார். பிறகு தேவர்கள் கடலுக்கு அடியில் ஒளிந்துகிடந்த காலேயர்களுடன் ஒரு முகூர்த்தக் கால அளவிற்கு யுத்தம் புரிந்து, அவர்களை அழித்தனர். எஞ்சி ஓடியவர்கள் கடலின் அடி வழியாகப் பாதாள லோகத்தில் சென்று மறைந்தனர்.

பிறகு தேவர்கள் அகஸ்தியரிடம், உண்ட கடல்நீரை உமிழுந்து மீண்டும் சமுத்திரத்தை நிரப்புமாறு கேட்டனர். அகஸ்தியர், ஒருமுறை விழுங்கப்பட்ட சமுத்திர நீர் தன்னால் ஜீரணிக்கப்பட்டு விட்டது என்பதால் தன்னால் கடலை மீண்டும் நிரப்பமுடியாது என்று கூறிச் சென்றுவிட்டார். அதன் பிறகு பகீரதனின் முயற்சியால் அந்தச் சமுத்திரம் நிரப்பப்பட்டது வேறு கதை. அதற்குள் நாம் போக வேண்டாம். நாம் அகஸ்தியரைப் பின்தொடர்ந்தால் போதும்.

# புராணங்களில் அகஸ்தியர்

பிராமணங்கள் என்பவை பண்டைய வேதகாலச் சடங்குகளைப் பற்றிக் குறிப்பிடும் நூல்களாகும். அவற்றுள் சில, வேத கால மன்னர்களின் சபைகளில் இயற்றப்பட்டவை. அவற்றுள் ஒன்றான 'ஐத்தரேய பிராமணம்' என்ற நூல், வேத காலத்தில் வாழ்ந்த மன்னர்கள்,முனிவர்கள் ஆகியோர் பற்றிய செய்திகள் பலவற்றை நமக்கு எடுத்துக்கூறும் நூலாகும். இந்நூல் வேதகால மன்னர்கள், சக்கரவர்த்திகள் ஆகியோரின் முடிசூடும் வைபவங்களைப் பற்றி விரிவாகக் கூறும். இத்தகைய முடிசூடும் வைபவங்கள் பெரும்பாலும் ஆஸ்தான ஆசாரியர்களால் நிகழ்த்தப்படுபவை.

பிருகதாரண்யக உபநிடதம், சுருதிகளை, பிரம்மத்தின் மூச்சுப் பிறிகள் என்று கூறும். இந்தச் சுருதி, சாமானிய சுருதி, விசேஷச் சுருதி என்று இருவகைப்படும். சாமானிய சுருதியை வேதம் என்றும் விசேஷச் சுருதியை ஆகமம் என்றும் கூறுவர்.

யஜுர் வேதம் முப்பத்தோராவது அத்தியாயத்தில் ஏழாவது மந்திரம், ரிக், யஜுர், சாம, அதர்வ வேதங்கள் பரப்பிரும்மத்திலிருந்து தோன்றியதாகக் கூறுகிறது. வேதம் என்பதற்கு, அறிவதற்கு உதவும் கருவி என்று பொருள். வேதத்தின் அங்கங்கள் (parts), சிக்ஷை, வியாகரணம், நிருத்தம், சோதிடம், கற்பம், சந்தம் என்ற ஆறாகும். வேதத்தைப் பகுத்து அறிவதற்கே இந்த அங்கங்களாகும். வசிஷ்டர் வேதங்களை நான்காகத் தொகுத்துக் கொடுத்தார்.

அந்தம் என்றால் முடிவு, இறுதி என்று பொருளாகும். வேதங்களின் அந்தமே வேதாந்தமாகும். வேதாந்தம் என்பது வேதப் பொருளினை மேலும் விளக்கமாகக் கூறுவதாகும். அவை உபநிடதங்கள் என்றும் வழங்கப்படும்.

ரிக் வேதத்திற்குப் 10 உபநிடதங்களும், யஜுர் வேதத்திற்கு 51 உபநிடதங்களும், சாம வேதத்திற்குப் 16 உபநிடதங்களும், அதர்வ வேதத்திற்கு 31 உபநிடதங்களும் என்று ஆக மொத்தம் 108 ஆகும்.

வேதம் நான்கினையும் ஓதியும் தெளிவு பெறாதவர்களுக்கும், வேதத்தை ஓதி அறிய வாய்ப்பு இல்லாதவர்களுக்கும் ஏற்பட்டவையே பதினெட்டு புராணங்கள். அவை சைவ புராணம், பவிஷ்ய புராணம், மார்க்கண்டேய புராணம், இலிங்க புராணம், ஸ்கந்த புராணம், வராக புராணம், வாமன புராணம், மத்ஸ்ய புராணம், கூர்ம புராணம், பிரும்மாண்ட புராணம், கருட புராணம், நாரதீய புராணம், விஷ்ணு புராணம், பாகவத புராணம், பிரம்ம புராணம், பத்ம புராணம், ஆக்னேய(அக்னி) புராணம், பிரம்ம வைவர்த்த புராணம் ஆகிய பதினெட்டாகும்.

சிவபுராணங்கள் மொத்தம் பத்து. அவற்றில் ஒன்றுதான் இந்த ஸ்கந்த புராணம் என்பதாகும். சுப்பிரமணிய சுவாமியின் பிறப்பு, திருவிளையாடல்கள், சூரனை வதம் செய்வது என்று கூறிச்செல்லும் இந்தப் புராணம் ஐம்பது காண்டங்களையும், ஒரு இலட்சம் கிரந்தங்களையும் மூலமாகக் கொண்டிருந்தது.

ஸ்கந்த புராணம், சனத்குமார சங்கிதை, சூத சங்கிதை, பிரம சங்கிதை, விஷ்ணு சங்கிதை, சங்கர சங்கிதை, சூர சங்கிதை என ஆறு சங்கிதைகளையும், சம்பவ காண்டம், அசுர காண்டம், மகேந்திர காண்டம், யுத்த காண்டம், தேவ காண்டம், தக்ஷ காண்டம், உபதேச காண்டம் என்று ஏழு காண்டங்களையும் கொண்டது. இவற்றுள் முதல் ஆறு காண்டங்களைக் கொண்டு, கச்சியப்ப சிவாச்சாரியார் என்பவர் தமிழில் ‘கந்த புராணம்’ என்ற நூலை இயற்றினார்.

குமரனை, கந்தனைப் பற்றிய குறிப்புகள் நான்கு வேதங்களிலும் காணப்பட்டாலும் கந்தனின் கதை முதன்முதலில் தோன்றியது வால்மீகி இராமாயணத்தில்தான். அதுவும் விரிவாகக் கிடையாது. சுருக்கமாக, கங்கையின் கதையைக் கேட்ட இராம இலக்குவணர்களிடம் விஸ்வாமித்திரர் கதை கூறுவது போலக் குமாரச் சம்பவத்தைக் கூறுவார். பால காண்டத்தில் வெறும் மூன்று அத்தியாயங்களில் இது வரும். ஆனால் கௌசல்யை,

கந்தனின் பெருமைகளை அறிந்தவளாகவே காட்டப்படுகிறாள். பல இடங்களில் கந்தன் தேவர்களின் தலைவன், கிரௌஞ்ச பர்வதத்தை வேல் கொண்டு துளைத்தவன், சரவணபவன், மயில்வாகனன் என்று கௌசல்யை குறிப்பிடுவதாக வருகிறது.

ஆனால் கந்தனின் கதை ஒரு புராண வடிவம் பெறுவது மகாபாரதத்தில்தான். வன பர்வத்தில் ஒன்பது அத்தியாயங்களில் குமாரச் சம்பவம் விரிவாகக் கூறப்பட்டுள்ளது. இதிலிருந்து ஸ்கந்த புராணத்தின் தொன்மையை உணர முடியும்.

**ஸ்கந்த புராணத்தில் அகஸ்தியர்**

ஸ்கந்த புராணம் மகேச்வர காண்டத்தில், தக்ஷ மஹா யாகத்தில் பல முக்கிய ரிஷிகள் கலந்துகொண்டதைக் கூறும்போது முதன்முதலில் அகஸ்தியர் பெயரும் அதில் இடம்பெறுகிறது. அதே காண்டத்தில், ஏழாவது அத்தியாயத்தில், லிங்கங்களின் பெருமைகளைப் பற்றிக் கூறும்போது பாசுபத மதத்தின் பெருமைகளையும், பஞ்சாட்சர மந்திரத்தின் மகிமையையும், ஓம்கார மந்திரத்தின் அற்புதத்தையும் குறிப்பிட்டு, இந்த மந்திரம் ஸ்கந்தனிடமிருந்து அகஸ்தியரால் பெறப்பட்டது என்று கூறப்படுகிறது.

இதே காண்டத்தில் பதினைந்தாவது அத்தியாயத்தில் நகுஷன் மற்றும் யயாதியின் கதை விவரிக்கப்படுகிறது.

தேவர்களுக்குச் சேரவேண்டிய அவிர்ப்பாகத்தை விஸ்வரூபர் அசுரர்களுக்குக் கொடுத்து வருவதை அறிந்த இந்திரன், விஸ்வரூபரை வெட்டிக் கொன்றுவிடுகிறான். விஸ்வரூபர் பிராமணர் என்பதால் அவனைப் பிரம்மஹத்தி தோஷம் பற்றிக் கொள்கிறது. தேவர்களின் குருவான பிருகஸ்பதியையும் எடுத்தெறிந்து பேசி விடுகிறான். இவையெல்லாம் போதாதென்று கௌதம ரிஷியின் பத்தினியான அகலிகையைக் குறுக்குவழியில் சென்று பலவந்தப்படுத்திப் புணர்ந்து விடுகிறான். இந்திரனின் பாவங்கள் பெருகவே, அவன் இந்திர பதவியை இழக்க நேரிடுகிறது. தேவர்கள் எல்லோரும் கூடி பிருகஸ்பதியிடம் சென்று முறையிடுகின்றனர். மற்ற எல்லாப் பாவங்களுக்கும் பரிகாரங்கள் உள்ளன, ஆனால் பிராமணனைக் கொன்ற பாவத்திற்குப் பரிகாரம் இல்லையென்று பிருகஸ்பதி கூறிவிடுகிறார். பிரம்மஹத்தி ஒரு சண்டாளி வடிவில் நிழல் போலத் துரத்த, அதற்கு அஞ்சி இந்திரன் குளத்தின் அடியில் ஒளிந்து வாழ்ந்து வந்தான்.

நாரதரின் உதவியோடு, சந்திர குலத்தில் தோன்றிய நகுஷனை அடுத்த மகேந்திரனாக தேவர்கள் பதவிப் பிரமாணம் செய்துவைக்க முடிவெடுக்கின்றனர். தேவர்கள் அனைவரும் நகுஷனிடம் சென்று அவனை இந்திர பதவியை ஏற்றுக்கொள்ளக் கேட்கின்றனர். அவனுக்குக் கசக்கவா போகிறது? இந்திரனைப் போல நூறு அஸ்வமேத யாகம் தான் செய்திருக்கவில்லை, இன்னும் ஒரே ஒரு அஸ்வமேத யாகம் புரிந்தால் இந்திரனுக்கு இணையாகி விடுவோம் என்றிருந்த அவனுக்கு, இப்படித் தானாகவே ஒரு சந்தர்ப்பம் நேர்ந்தால் கேட்பானேன்? இந்திரனாகப் பதவியை ஏற்றுக்கொண்டான். அசுர குருவான பிருகஸ்பதிதான் அவனுக்கு இந்திரப் பதவிப் பிரமாணம் செய்துவைத்தார். இந்திரலோகம் முழுவதும், புதிய மகேந்திரன் பதவி ஏற்றதால் கோலாகலமாக இருந்தது. நகுஷனும் இந்திரப் போகங்களை அனுபவித்துக் கொண்டிருந்தான்.

ஒருநாள் என்ன தோன்றியதோ தெரியவில்லை, தேவர்களை அழைத்து “இந்தக் கொண்டாட்டங்களில் எனக்கு ஒரு குறை உள்ளது” என்றான்.

“சொல்லுங்கள், எதுவானாலும் நாங்கள் நிறைவேற்றி வைக்கிறோம்” என்றார்கள் தேவர்கள்.

“நான் இந்திர பதவி அடைந்தபின்னர், என்னுடன் அமர்வதற்கு இன்னும் இந்திராணி வரவில்லையே. எங்கே அவள்?” என்று கேட்டான். அவனது போதாத நேரம் அங்கிருந்து தொடங்கியது.

“இந்திரன் ஓடிப்போன சோகத்தில், இந்திராணியாகிய சசி மனம் நொந்து அன்ன ஆகாரமின்றி அவளது மாளிகையில் விரதத்தில் இருக்கிறாள்” என்றார் பிருகஸ்பதி.

“நான் சொன்னேன் என்று அவளை அழைத்து வாருங்கள். இந்திரப் போகத்தில் அவளும் ஒருத்திதானே?”

“அவள் அந்நியனின் மனைவி.”

“நான் இந்திரன். ஆணையிடுகிறேன். அழைத்து வாருங்கள்!”

பிருகஸ்பதி, சசி இருக்கும் இடத்திற்குச் சென்று எல்லா விஷயங்களையும் கூறினார்.

“நூறு அஸ்வமேத யாகங்கள் புரிந்தவனுக்குத்தான் இந்திரப் பதவி. நகுஷன் தொண்ணூற்று ஒன்பது யாகங்களே புரிந்தவன். இன்னும் ஓர் அஸ்வமேத யாகம் புரிந்தால்தான் அவனால் இந்திரனாக முடியும். இந்திரன் அல்லாத ஒருவன் அருகில்

அமர என்னால் முடியாது என்று போய்ச் சொல்லுங்கள்" என்றாள் இந்திராணி.

பிருகஸ்பதி பதிலின்றித் தவித்தார்.

"அவன் அப்படியும் பிடிவாதம் பிடித்தான் என்றால் அவன் என்னைக் காண்பதற்குப் பல்லக்கில் வரட்டும். ஆனால் ஒரே ஒரு நிபந்தனை" என்றாள்.

'என்ன?' என்பது போலப் பிருகஸ்பதி சசியை ஏறிட்டார்.

"எந்த வாகனத்தை, யார் சுமப்பதற்குத் தகுதியற்றவர்களோ, அவர்கள் மட்டும் சுமந்து வரும் வாகனத்தில் அவன் என்னைக் காண வரட்டும்" என்றாள்.

பிருகஸ்பதி மனதிற்குள் நகைத்துக்கொண்டார். அவள் சசி. இந்திரனின் பட்டமகிஷி. அவனுடைய சாமர்த்தியத்தில் பாதி கூடவா அவளுக்கு இல்லாமல் போகும்?

விஷயத்தைக் கேள்விப்பட்டதும் ஆத்திரம் அடைந்த நகுஷன், இந்திராணியைப் பார்ப்பதற்கு சர்வ அலங்காரத்தோடு அவள் இருப்பிடம் செல்லத் தயாரானான்.

'எந்த வாகனத்தை, யார் சுமக்கத் தகுதியற்றவர்களோ, அவர்கள் சுமக்கும் வாகனத்தில் ஏறி நகுஷன் என்னைப் பார்க்க வரட்டும்' என்று சசி சொன்ன வாக்கியத்தைப் பலநேரம் யோசித்த இந்திரன், அவனது போதாத வேளையின் காரணமாகக் குயுக்தியான முடிவுக்கு வந்தான்.

"பல்லக்கு தயாரா?" என்றான்.

தேவர்கள் பல்லக்கைத் தயார் செய்தனர்.

"பல்லக்கைச் சுமப்பதற்கு, பிராமண ரிஷிகளை அழைத்து வாருங்கள். அவர்கள்தான் பல்லக்கைச் சுமக்கத் தகுதியற்றவர்கள்" என்றான்.

தேவலோகமே அதிர்ந்தது. பிருகஸ்பதி சிரித்தார். தேவர்கள் மூலம் அகஸ்தியரை அணுகினார். தேவர்கள் அனைவரும் ஒன்றுகூடி அகஸ்தியரிடம் போய் நின்றனர்.

"அகஸ்தியரே! எங்களுக்காக இந்திரனின் பல்லக்கைத் தூக்கிச்செல்வதற்கு நீங்களும் வர வேண்டும்" என்று அழைத்தனர். தேவர்களின் எண்ணத்தைப் புரிந்துகொண்ட அகஸ்தியர், பல்லக்கைச் சுமக்கச் சம்மதித்தார்.

ரிஷிகள் பல்லக்கைச் சுமந்துசெல்வது தெரியாமல் இருக்க, தேவஸ்துதிகள் சிலவற்றைக் கோஷமிட்டபடி சென்றனர். இந்திராணியை அனுபவிக்கும் மோகத்தில் இருந்த நகுஷனுக்கு, பிராமண ரிஷிகளின் கோஷம் செவிகளைத் துளைத்தது. அவர்களை அடக்கும் வேகத்தில் "அரவம்! அரவம்! அரவத்தைக் குறையுங்கள்!" என்றான் சினத்துடன்.

அகஸ்தியருக்கு வந்ததே கோபம்.

"எங்களை ஆணையிட நீ யார்? அரவமாம் அரவம். நீ ஒரு அரவமாகப் போ!" என்று சபித்தார். (மூலத்தில் 'சர்ப்பா சர்ப்பா' என்று இருபொருள் ஒரு சொல் என்று வடமொழியில் இருந்ததை, தமிழின் அழகிற்காக நானும் அரவம் என்று இருபொருள் படும் ஒரு சொல்லைக் கூறுவதாகச் சற்று மாற்றி அமைத்துள்ளேன்.)

நகுஷன் ஒரு பெரிய மலைப்பாம்பாக வீழ்ந்தான்.

அகஸ்தியர் சீற்றம் மிக்க ரிஷி என்பதற்கும், சாபங்கள் இடுவதில் மற்ற ரிஷிகளை விட மேம்பட்டவர் என்பதற்கும் உதாரணமாக இந்த நிகழ்ச்சியுடன் ஸ்கந்த புராணத்தில் அகஸ்தியரை பற்றிய குறிப்பு தொடங்குகிறது. இதே நிகழ்ச்சி மகாபாரதத்தில் உத்தியோகப் பர்வதத்திலும் இடம் பெற்றுள்ளது கவனிக்கத் தக்கது. (பெரும்பாலான நூல்களில், அகஸ்தியர் இந்திரனின் பல்லக்கைச் சுமந்தார் என்ற குறிப்பு மட்டுமே உள்ளது. அவரது பெருமைக்கு இழுக்காகத் தோன்றியதால் நகுஷனின் முழுக் கதையையும், அகஸ்தியர் எதற்காக இந்திரனின் பல்லக்கைச் சுமந்தார் என்பதையும் விரிவாகக் கூறியுள்ளேன்.)

இந்த இடத்தில் கூட அகஸ்தியர், தானாக இயங்காமல் தனக்கு அளிக்கப்பட்ட ஒரு செயற்திட்டத்தைச் செம்மையாக நிறைவேற்றுபவராகவே சித்தரிக்கப்படுகிறார்.

நகுஷன் எவ்வாறு சாபவிமோசனம் பெற்று பாண்டவர்களின் முன்னோர்களில் ஒருவன் ஆனான் என்ற கதையைப் பிறகு பார்த்துக்கொள்ளலாம், நாம் அகஸ்தியரைப் பின்பற்றுவோம்.

ஸ்கந்த புராணத்தில் மகேஸ்வர காண்டத்தில் அருணாசல மகாத்மியத்தில் வஜ்ராங்கதன் என்ற பாண்டிய மன்னனின் வரலாறு கூறப்பட்டுள்ளது. இந்த வஜ்ராங்கதனே திருவண்ணாமலையில் கிரிவலம் வருவதற்குக் காரணமானவன் என்று கூறும் இந்தக் காண்டத்தில், அவனது செயலை அங்கு வந்திருந்த அகஸ்தியரும் அவரது பத்தினி லோபாமுத்திரையும் பாராட்டுவதாகக் கூறப்பட்டுள்ளது.

வேங்கடமலையின் பெருமைகளைக் கூறும் இடத்தில், மேற்சொன்ன காண்டத்தில் மீண்டும் இரண்டு முறை அகஸ்தியர் குறிப்பிடப்படுகிறார்.

ஒரு சூத்திரனுக்கு வேதம் கற்பித்த காரணத்திற்காக சுமதி என்ற பிராமணன் பல்வேறு பிறவிகள் எடுத்து, இறுதியாக ஓர் அந்தணருக்கு மகனாகப் பிறந்து, ஒரு பிரம்மராக்ஷதரால் பீடிக்கப்பட்டு, அதிலிருந்து விடுபட அகஸ்தியரை நாடி அவர் இருக்கும் இடத்திற்கு வருகிறான். அகஸ்தியர் வேங்கடமலையில் சுவர்ண முகாரி என்ற நதிக்கரையில் ஆசிரமத்தில் இருக்கும் செய்தி அவனுக்குக் கூறப்படுகிறது. அங்குத் தனது ஞான திருஷ்டியின் மூலம் அந்த அந்தணச் சிறுவனுக்கு முந்தைய பிறவிகளில் நேர்ந்தவற்றை அறிந்துகொண்ட அகஸ்தியர், வேங்கட மலையின் மேல் உள்ள பாவ விநாசனம் என்ற தீர்த்தத்தில் குளித்துவர, அவனைப் பீடித்திருக்கும் பிரம்மராக்ஷசு விலகும் என்று கூறுவதாக வருகிறது.

அதே போல, புண்ணியசீலன் என்ற பிராமணன் ஒருவன், கோதாவரி நதிக்கரையில் வசித்து வந்தான். வேள்விகள் பல புரிந்தவன். தர்மிஷ்டன். குணசீலன். அவனது யாகசாலைக்கு ஒருநாள் ஒரு பிராமணன் தேடி வந்தான். வந்த பிராமணனை உரிய முறையில் உபசரித்த புண்ணியசீலன், சிரார்த்தம் ஒன்றைப் பண்ணினான். சிரார்த்தக் காரியங்கள் முடிய முடிய, புண்ணியசீலனின் முகம் கழுதையின் முகமாக மாறியது. மன உளைச்சலுக்கு ஆளாகும் புண்ணியசீலன், இறுதியில் அகஸ்தியரின் ஆசிரமத்தைத் தேடிப் போகிறான். பல முனிவர்கள் வந்து போகும் ஆசிரமமாக அது விளங்கியது. அகஸ்தியர் அவன் கழுதை முகம் அடைந்ததன் காரணத்தைக் கூறுகிறார். சிரார்த்தத்திற்கு அழைத்து உபசரிக்கப்பட்ட அந்தணர்களில் ஒருவன் வேதப் பண்டிதன் என்றாலும் புத்திரன் இல்லாதவன் என்றும், புத்திரன் இல்லாத ஒருவனைச் சிரார்த்தத்தில் உட்காரவைப்பது பெரிய பாவம் என்றும் கூறுகிறார். வேங்கடாசலத்தின் மேல் உள்ள சுவாமி புஷ்கரிணி, வித்யாகங்கை ஆகிய தீர்த்தங்களில் நீராடி வந்தால், அவனுக்கு மீண்டும் பழைய பிராமண முகம் கிடைக்கும் என்றும் கூறுகிறார்.

அகஸ்தியர் இதே காண்டத்தில் மூன்றாவது முறையாக வேங்கட மலையில் உள்ள கோணதீர்த்தத்தின் மகிமையைக் கூறும் அத்தியாயத்தில் மீண்டும் தோன்றுகிறார். தும்புரு என்ற கந்தர்வன் ஒருவனின் மனைவி, மக(மாசி) மாதத்தில், புண்ணிய தீர்த்தங்களில் தனது கணவனுடன் நீராடுவதற்குக்

குளிரைக் காரணம் காட்டி மறுக்க, அந்தக் கந்தர்வன் அவளைச் சபித்துவிடுகிறான். சாப விமோசனத்திற்கு அவன் மனைவி அவனிடம் முறையிட, அகஸ்தியர் பௌர்ணமி தினத்தில் கோணதீர்த்தத்தில் நீராட வரும்போது அதன் பெருமையை எடுத்துக் கூறுவார் என்றும், அதனைக் கேட்டு, பிறகு கோணதீர்த்தத்தில் மூழ்கி எழும்போது அவளது பாவம் போகும் என்றும் அந்தக் கந்தர்வன் தனது மனைவியிடம் கூறினான். இந்த இடத்தில், அகஸ்தியர் வேங்கட மலையில் நீராடிய தீர்த்தங்கள் பற்றிய குறிப்பு உள்ளது. அகஸ்தியர் அந்தக் கந்தர்வனின் மனைவியிடம், பெண்கள் செய்யக் கூடியவை, செய்யக் கூடாதவை என்று ஒரு பட்டியலைக் கூறுகிறார்.

மேலே சொன்ன இரண்டு கதைகளில் முதலாவதாகக் கூறப்படும் கதையில் அகஸ்தியரைத் தேடி அந்தப் பிராமணன் சுவர்ணமுகாரி நதிக்கரைக்குப் போவதாகவும், இரண்டாவது பிராமணன் அவரைக் கோதாவரி நதிக்கரையில் சென்று பார்ப்பதாகவும் கூறப்பட்டுள்ளது.

அகஸ்தியர் பரமேஸ்வரனின் ஆணையை ஏற்று, உலகைச் சமநிலைப்படுத்தத் தெற்கு நோக்கி நகரும் கதை, ஸ்கந்த புராணத்தில் வைஷ்ணவக் காண்டத்தில் கூறப்பட்டுள்ளது.

தக்ஷனால் அவமதிக்கப்பட்ட தாக்ஷாயினி உயிரைத் துறக்க, அவள் இன்னொரு ஜென்மம் எடுத்து இமவானின் மகள் பார்வதியாக அவதரித்தாள். முனிவர்களின் வேண்டுகோளை ஏற்று இமவான், தனது மகள் பார்வதியை அந்தப் பரமேஸ்வரனுக்குத் திருமணம் செய்துகொடுக்கச் சம்மதித்தான். இமவான் மகளை மணந்துகொள்ள ரிஷபாரூடன், ஓஷதிபிரஸ்தத்தை (இமயமலை) அடைந்தான். முப்பத்து முக்கோடி தேவர்களும் அங்கே கூட, உலகின் வடபகுதி தாழ்ந்து தென்பகுதி உயர்ந்து விட்டது.

பரமேசுவரன் அகஸ்தியரைப் பார்த்துக் கூறினார். "இங்கே வாரும், அதிபுத்திசாலியான முனிவரே! பூதகணங்கள் அத்தனையும் எங்கள் திருமணத்தைக் காண இங்கே வந்துவிட்டதால் உலகின் சமநிலைக்குப் பங்கம் ஏற்பட்டுள்ளது. உலகைச் சமநிலைப்படுத்த உன்னை விட வேறு யாரால் இயலும்? நீ என்னுடைய ஒளிப்பிரகாசம் இல்லையா? உலகைக் காப்பதற்கு என்று பிறப்பெடுத்தவன்... நீ இந்தத் திருமணவிழாவில் கலந்துகொள்ள வேண்டாம். நீ இங்கேயே இருந்தால், வேறு யாரால் உலகைச் சமநிலைப்படுத்த முடியும்? பாபமற்றவனே! நீ உடனே புறப்படு. நீ செல்லும் இடமெல்லாம் எங்கள் திருமண வைபவத்தைக்

காண்பதற்கு நான் ஏற்பாடு செய்வேன்" என்று அகஸ்தியரை மகேஸ்வரன் ஆரத் தழுவிக்கொண்டு கூறினார். ரிஷிகளில் ஒரு வேங்கையைப் போல அகஸ்திய முனிவர் அங்கிருந்து கிளம்பி, விந்தியப் பர்வதத்தைக் கடந்து, தெற்குப் பகுதி சென்று உலகைச் சமன்படுத்தினார்.

வேங்கடமலையின் மகாத்மியம் கூறும் இந்தக் காண்டம், மேலும் ஒரு தகவலாக, அகஸ்திய முனிவர் ஆயிரம் ஆண்டுகள் தவமிருந்து தாமரைக்கண்ணனான ஏழுமலையானைத் தரிசனம் செய்ததாகக் கூறுகிறது. சங்கன் என்ற அரசன் ஒருவன், ஸ்ரீஹரியை நேரில் காண ஆசைப்பட்டு, தனது குலகுருவான பரத்வாஜரிடம் யோசனைக் கேட்க, அவனைப் போலவே ஸ்ரீமன் நாராயணனை நேரில் காண விரும்பிய அகஸ்தியர் திருமலையில் தவம் இருப்பதாகக் கூறிய பரத்வாஜர், அந்தச் சங்கன் என்ற மன்னனையும் திருமலையில் இறைவனை வேண்டித் தவமிருக்கச் சொன்னதாக வருகிறது.

அகஸ்தியரைப் பற்றிக் குறிப்பிடும் இடங்களில் எல்லாம், அவர் முனிவர்கள் புடைசூழ இருந்ததாகவே ஸ்கந்த புராணம் பெரும்பாலான இடங்களில் குறிப்பிடுகின்றது. அதே போல அவர் தனியாகக் குகையில் இருந்ததாக எங்குமே குறிப்பிடப்படவில்லை என்பதும் கவனிக்கத்தக்கது. அகஸ்தியர் என்றால் அவரது ஆசிரமத்தையும் சேர்த்தே குறிப்பிடப்படுவதாகப் புராணங்களிலும் இதிகாசங்களிலும் காணப்படுகின்றன. இதுவே அவர் ஒரு செயற்திட்டத்திற்காக இமயமலையிலிருந்து கிளம்பி வந்தவர் என்பதை உறுதிசெய்கிறது.

ஸ்கந்த புராணம் பிரம்ம காண்டத்தில், சேது மகாத்மியம் பற்றிக் கூறும் பகுதியில், மீண்டும் ஒருமுறை திருமலையின் பெருமையைக் கூறும்போது, சுமதி என்ற பிராமணனின் கதை கூறப்பட்டு, ஆனால் இம்முறை பரிகாரமாகச் சேது சமுத்திரத்தின் அருகில் உள்ள கந்தமாதனப் பர்வதத்தில் உள்ள பாபவிநாசன தீர்த்தத்தில் மூழ்குமாறு பரிகாரம் சொல்லப்படுகிறது. இது எவ்வாறு சாத்தியமாகும் என்பது தெரியவில்லை. நிச்சயம் இரண்டில் ஒன்று இடைச்செருகலாக இருக்க வாய்ப்புள்ளது.

இதே காண்டத்தில் வேறு எங்கும் கூறப்படாத வகையில், அகஸ்தியரின் சகோதரர் ஒருவர் குறித்த தகவல் ஒன்றும் கூறப்பட்டுள்ளது கவனத்துக்குரியதாகும்.

அகஸ்தியரின் சகோதரர் ஒருவர், இமயமலைச் சாரலில், அமைதியான இடங்களில் அமர்ந்து எப்போதும் தியானத்தில்

தன்னை ஈடுபடுத்திக் கொண்டிருந்தார். இமயமலை எப்போதும் ரிஷிகள், சித்தர்கள், சாரணர்கள் கந்தர்வர்கள், கின்னரர்கள் மற்றும் தேவர்கள் நிரம்பிய இடமாகும். செறிந்த மரங்களின் நடுவில் கொடிய விலங்குகள் பயமின்றித் திரியும் பகுதியாகும் அது. அகஸ்தியரின் சகோதரர், மோட்சம் வேண்டி சங்கரனைத் தியானித்து, பல வருடங்கள் கடும் தவத்தில் ஈடுபட்டிருந்தார்.

ஆயிரம் வருடங்கள் இவ்வாறு தவத்தில் இருந்த அகஸ்தியரின் தம்பியின் முன்னால் பரமேஸ்வரன் தோன்றி, "என்ன வரம் வேண்டும்?" என்று கேட்டார்.

"எனக்கு முக்தி அளிக்க வேண்டும்" என்றார் அகஸ்தியரின் இளைய சகோதரர்.

அதன் பிறகு பரமேஸ்வரன் சொல்லியபடி, அவர் இராமேஸ்வரம் அருகில் உள்ள கந்தமாதன மலையின் அருகில் உள்ள புண்ணிய தீர்த்தத்தில் நீராடி, மூன்று வருடங்கள் சென்று முக்தி அடைந்ததாகக் கூறப்படுகிறது.

ஸ்கந்த புராணம் காசி காண்டத்தில், பர்வர்தம் என்ற பகுதியில் மிக விரிவாக விந்திய மலையின் கர்வத்தை அடக்கிய விஷயங்கள் கூறப்பட்டுள்ளன.

நாரதர் என்பவர் திரிலோக சஞ்சாரி என்பதால் அவர் மூவுலகைச் சுற்றி வரும்போது விந்திய பர்வதம் மிக உயர்ந்து தோற்றமளிப்பதைப் பார்க்கிறார். மலைகளுக்கு மானிட வடிவம் எடுக்கும் தன்மை இருப்பதாகப் புராணங்கள் கூறுவதன் அடிப்படையில் இந்த விவரங்கள் கூறப்பட்டுள்ளன. இராமாயணத்தில் கூறப்பட்டுள்ள இந்தப் பகுதி காலங்கள் செல்லச் செல்ல, மொழியும் நாகரிகமும் சீர்ப்பட்டு ஒரு மலையின் அற்புத வர்ணனைகளாக இந்த அத்தியாயம் விளங்குகிறது. ஸ்கந்த புராணத்தை இயற்றியவர்கள், விந்திய மலையில் உள்ள மரங்கள், பழ வகைகள், விலங்குகள், பறவைகள், நீர்நிலைகளைக் காவிய நயம் சொட்டச் சொட்டக் கூறியுள்ளனர்.

விந்தியப் பர்வதம் நாரத ரிஷி வருவதைக் கண்டதும், மிகவும் வினயத்துடன் அவரை வரவேற்று, அவருக்கு உயர்ந்த சிகரமாகிய ஆசனம் அளித்து, தயிர், தேன், நெய், அட்சதை, அருகம்புல், எள், தருப்பை, புஷ்பங்கள் என்னும் எட்டுத் திரவியங்களால் ஆன அர்க்கியம் அளித்து, அவரது கைகால்களைப் பிடித்துவிட்டு பலமாக உபசரித்தான்.

“ஓ நாரதரே! தராதரன் (மலையரசன்) என்பது என்னுடைய பெயர். அதன் முழு அர்த்தத்தைப் பெற்ற நாள் இன்று” என்றான்.

நாரதர் நீண்ட பெருமூச்சு ஒன்று விட்டார்.

“ஓ பிராமண ரிஷியே! நீர் பெருமூச்சு விடும் காரணம் என்ன?” என்று விந்தியன் அவரைக் கேட்டான்.

“மேரு போன்ற ஏனைய மலைகள் ஒரு தொகுப்பாக நின்றுதான் பூமியைத் தாங்குகின்றன. ஆனால் நான் தனி ஒருவனாக நின்று இந்த உலகைத் தாங்குகிறேன். இமவானை மற்றவர்கள் போற்றக் காரணம் வேறு ஒன்றுமில்லை, அவன் பார்வதியின் தகப்பனாக இருப்பதால் மட்டும்தான். என்னதான் மேருவிடம் தங்கமும் வைரமும் நவமணிகளும் மிகுந்திருந்தாலும், என்னதான் மேரு தேவர்களின் வசிப்பிடமாகத் திகழ்ந்தாலும், என்னால் ஒருபோதும் மேருவை ஒரு பெரிய மலையாக ஏற்றுக்கொள்ள முடியாது. உதயகிரிக்குப் பெருமை சூரியன் உதிப்பதால் மட்டுமே. நிஷாத மலையிடம் ஔஷதிகள் (மூலிகைகள்) எதுவுமே கிடையாது. அஸ்த மலைகள் ஒளிமங்கிப் போனவை. நீல மலைக்கு அதன் நீல வர்ணத்தைத் தவிர வேறு என்ன பெருமை? மந்தார மலைக்கு ஒளியும் இல்லை, புத்திசாலித்தனமும் இல்லை. மலய மலை, பாம்புகளின் இருப்பிடம். ரைவத மலையில் செல்வம் என்பதே இல்லை. ஹீமகூடமும் திரிகூடமும் பெயருக்குத்தான் மலைகள். கிஷ்கிந்தா மலையும், கிரௌஞ்ச மலையும் பூமியைத் தாங்கும் வலுவில்லாதவை” என்று சொல்வதாக, பாரதத் தேசத்தில் உள்ள அத்தனை மலைகளின் பட்டியலும் இந்தப் பகுதியில் கூறப்பட்டுள்ளது.

“சொல்லுங்கள், உங்கள் ஆதங்கத்தின் காரணம் என்னவென்று. நான் தீர்த்து வைக்கிறேன்” என்று தொடர்ந்தான் விந்தியன்.

“ஹூம்! நீதான் உன்னை உயர்த்திக் கூறுகிறாய். மேரு மலையோ உன்னைக் கால் தூசுக்குக் கூட மதிக்காமல் உள்ளது” என்று கூறிவிட்டுக் கிளம்பினார் நாரதர்.

மறுநாள் சூரிய உதயம். சூரியனின் வலம்வரும் செயல்கள் மூலம் பல்வேறு திசைகளில் உள்ள நகரங்கள், அங்கு வாழும் மக்களை ஸ்கந்த புராணம் விளக்கமாகக் கூறுகிறது. விந்தியப் பர்வதம் இரவோடு இரவாக, தான் பெரியவன் என்பதை நிரூபிக்க வானை அடைக்கும்படி உயர்ந்து நிற்கவே, சூரியனின் தேர்ப்பாகனான அருணனால் சூரியனின் தேரைத் தென்பகுதிக்குச் செலுத்த

முடியாமல், சூரியன் இயக்கமின்றி நின்றான். சூரியன் ஒரு நட்சத்திரம், நகராத தன்மையுடையது, அதன் இயக்கம் பூமி சுற்றுவதால் நிகழும் சார்புக் கோட்பாட்டைச் சார்ந்தது என்பதையெல்லாம் ஒதுக்கிவிட்டு, விந்தியப் பர்வதத்தைத் தெற்கு நோக்கிக் கடந்து செல்வதற்கு ஏற்றது போல ஆதியில் ஒரு பெரிய திட்டத்துடன் செயற்பட்டதை எந்த ஆதி கவிஞன் இத்தனை அழகான படிமத்துடன் கூறினான் என்ற வியப்பு ஒருநிமிடம் மேலோங்கும்.

சூரியன் நகராமல் ஒரே இடத்தில் நின்றதால், அது நின்ற பகுதிகளில் வெப்பத்தின் மிகுதியும், அது நுழையாத பகுதிகளில் ஒளியின்மையின் உபாதைகளும் மிகுவதாகக் கவிஞரின் கற்பனை மேலும் விரிகிறது. சூரியன் இல்லாது போனால் பிராமணர்களின் அக்னி ஹோத்திரம், வேள்வி முதலியவை கெட்டுப்போய் தேவர்களின் இருப்பு என்பதே கேள்விக்குறியாகும் என்பதுவரை ஸ்கந்த புராண ஆசிரியர் விரித்துக்கொண்டே போவது அருமையாக இருக்கும். இறுதியாக, பிரம்மாவின் யோசனையின்படி மித்ராவருணர்களின் புதல்வனாகிய கும்பமுனி என்று அழைக்கப்படும் அகஸ்தியர் ஒருவர்தான் விந்திய மலையின் கர்வத்தை அடக்க வல்லவர் என்பதை அறிந்துகொண்டு, அகஸ்தியர் இருக்கும் இடத்தை நோக்கித் தேவர்கள் செல்கின்றனர்.

தேவர்கள் வாரணாசியில் அகஸ்தியர் இருக்கும் ஆசிரமத்திற்குச் செல்வதாக வரும் இடத்தில், வேத பாடசாலைகள் பற்றிய பலவிதத் தகவல்களை ஆசிரியர் விரித்துக் கூறி, வேத பாடசாலைகளுக்கு அளிக்கப்பட வேண்டிய தானங்களின் நீண்ட பட்டியலையும் விவரிக்கிறார். அகஸ்தியருக்கு லோபாமுத்திரையுடன் திருமணம் நிகழ்வது, இல்வலன் வதம் நடக்கும் சமயத்தில் என்று மற்ற புராணங்கள் கூறும்போது ஸ்கந்த புராணத்தில் அகஸ்தியர் காசியில் இருக்கும்போதே லோபாமுத்திரை இருப்பதாகக் கூறியிருப்பது சற்று முன்னுக்குப் பின் முரணாக உள்ளது. எது எப்படி ஆனாலும் அகஸ்தியரைப் பற்றி ஸ்கந்த புராணத்தில் கூறியதைப் பார்க்கலாம்.

தேவர்கள் அகஸ்தியரின் குடிலை நோக்கிச் சென்றனர். அகஸ்தியர் தனது ஆசிரமத்தில் அவர் பெயரால் ஒரு லிங்கத்தைப் பிரதிஷ்டை பண்ணியிருந்தார். அதன் முன்னர் ஒரு குண்டத்தையும் அமைத்திருந்தார். யஜுர் வேதத்திலிருந்து சதருத்ரியத்தை ஓதிக் கொண்டிருந்தார். அந்த ஆசிரமத்தைச் சுற்றிலும் ஒன்றுக்கொன்று பகையுடைய மிருகங்கள்

அனைத்தும், நட்புடன் ஒன்றை ஒன்று பார்த்து பயமின்றித் திரிந்துகொண்டிருந்தன. காசி மண் முழுவதும் லிங்கம் என்பதால் காசி நகருக்குள் யாரும் ஏர் கொண்டு நிலத்தை உழுவதில்லை என்பது போன்ற தகவல்கள் அடங்கிய காசியின் மகாத்மியத்தை இந்தப் பகுதி விரிவாகக் கூறுகிறது.

தியானம் கலைந்து தனது ஆசனத்தில் வந்து அமர்ந்த அகஸ்திய முனிவரை, தேவர்களும் பிரம்மனும் தேவர்களின் தலைவன் இந்திரனும் துதிபாடி வணங்கினர். கூடவே அகஸ்தியரின் பத்தினியான லோபாமுத்திரையின் பெருமைகளும் தேவர்களால் நீளமாக விவரிக்கப்படுகிறது. அகஸ்தியரிடம் விந்திய மலையின் கர்வத்தையும், அதன் காரணமாகச் சூரியனின் பயணம் தடைப்பட்டுள்ளதையும் கூறி, விந்திய மலையின் கர்வத்தை அடக்குமாறு கோரிக்கை வைக்கின்றனர்.

அகஸ்தியர் லோபாமுத்திரையிடம் சிரித்தபடி கூறினார்.

“இதற்கு முன்னால் இந்திரன் மலைகளின் சிறகுகளை முறித்து அவற்றைப் பறக்க முடியாமல் செய்தவன்தானே? அவனால் விந்திய மலையின் வளர்ச்சியைக் கட்டுப்படுத்த முடியாதா? நினைத்ததைத் தரும் கல்பதரு அவனிடம்தான் உள்ளது. அஷ்டசித்திகளின் தலைவன் அவன். அவனால் முடியாததையா இந்தப் பிராமணன் செய்து முடிக்கப்போகிறேன்? அக்னியின் பலம் எங்கே போனது? யமதர்மனால் முடியாதா இந்த விந்திய மலையை அடக்க? ஆதித்தியர்களும் வசுக்களும் ருத்திரர்களும் விஸ்வதேவர்களும் மருதர்களும் அஸ்வினி இரட்டையரும் பின்னும் உள்ள தேவர்களும் எங்கே போனார்கள்? முக்தியை வேண்டுபவர்கள் அவிமுக்தத்தைக் கைவிடுவதில்லை.” (காசி ஸ்தலத்தில் சிவன் உமையோடு எப்போதும் நீங்காமல் இருப்பதால் அதற்கு அவிமுக்த க்ஷேத்திரம் என்று ஒரு பெயர் உண்டு.)

இறுதியாக அகஸ்தியர், விந்திய மலையின் கர்வத்தை அடக்க ஒப்புக்கொண்டார்.

இந்த இடத்திலிருந்து, அகஸ்தியரின் காசிக்கு மீளாப் பயணம் தொடங்குவதால் ஸ்கந்த புராண ஆசிரியர் அல்லது கவி, அகஸ்தியரின் தாபத்தை, ஏக்கத்தை மிக அற்புதமாக வர்ணிக்கிறார். இதனை நான் ஒரு முக்கிய பகுதியாகவே கருதுகிறேன்.

“காசி ஸ்தலத்தைப் பிராமணர்கள் ஈஸ்வரனிடம் கேட்டு வாங்கிப்பெற்றனர். அப்படி ஒரு ஸ்தலத்தை விட்டு விலக யாருக்கு மனம் வரும்? காசியை விட்டுச் செல்ல நினைப்பவன், கையில்

உள்ள அமிர்தக் கலசத்தைக் கீழே போட்டுவிட்டு, புறங்கையை நக்குபவனைப் போன்றவன். பல்வேறு நற்செய்கைகளின் பலனாக, பல பிறவிகள் எடுத்துக் கிடைக்கும் பயனே காசி வாசம். எனவே எந்த ஒரு புத்திசாலியும், காசி நகரை விட்டு நீங்கமாட்டான்... ஆட்டின் வாயினில் பூசணிக்காய் நுழைந்து செல்லுமா? முமுக்ஷுக்கள் காசியை விட்டு விலகுவதில்லை.

காசி ஒருவனின் அத்தனை பாவங்களையும் அழிக்க வல்லது. காசியை நெருங்குவதற்குத் தேவர்களால் கூட இயலாது. காசியில் கங்கையின் நீர் நமது பாவங்கள் அனைத்தையும் போக்கும் தன்மை கொண்டது. பிரளயத்தில் கூட காசி ஸ்தலம் மூழ்காமல், ஒரு திட்டாக விளங்கிய பெருமையை உடையது. அவிமுக்தமான இந்தக் காசியைப் போல வேறு ஒரு ஸ்தலம் இந்தப் பூலோகத்தில் இல்லை. அசி என்ற ஆறும், வருணா என்ற ஆறும் இடை பிங்கலை என்ற இரண்டு மூச்சுப்பிரிகளின் நடுவில் உள்ளதே இந்த அவிமுக்தமாகும். காசியில் இறப்பவர்களுக்குப் பரமேஸ்வரன் முக்தி அளிக்கிறான் என்று வேதங்கள் கூறுகின்றன" என்று வெகுவாகக் காசியின் சிறப்புகளை அடுக்கிவிட்டு அகஸ்தியர், காலபைரவரின் சன்னதியை அடைந்தார்.

காசியில் உள்ள காலபைரவர் ஒரு யக்ஷனின் மகன் என்றும், காசி நகரத்தைக் காக்கும் பொறுப்பையும் அதற்காக ஒரு தண்டத்தையும்(கழி) இறைவன் காலபைரவருக்குக் கொடுத்ததாகவும் ஸ்கந்த புராணம் காசி காண்டம் கூறுகிறது.

"காலபைரவா! இந்தப் புண்ணிய க்ஷேத்திரத்தை விட்டுச் செல்லும் முன்னர் பிராதனத் தெய்வமான உன்னை வணங்குகிறேன். நான் உன்னை ஒவ்வொரு செவ்வாய்க்கிழமைகளிலும், ஞாயிற்றுக் கிழமைகளிலும் பூக்கள் கொண்டும் பழங்கள் கொண்டும் பூஜை செய்யவில்லையா? ஒவ்வொரு அஷ்டமி திதியிலும், ஒவ்வொரு சதுர்த்தசி திதியிலும் உன்னை வணங்காமல் இருந்ததில்லையே! எதற்காக என்னைக் காசியிலிருந்து துரத்துகின்றாய்? பூரணப் பைரவரின் புதல்வனே! நான் என்ன தவறு செய்தேன் என்று என்னை வெளியில் போகச் சொல்கிறாய்? நீயே பக்தர்களுக்குக் காவலன்; நீயே பக்தர்களுக்கு உணவு, பாதுகாப்பு, ஞானம் அளிப்பவன். என் பக்தியில் என்ன குறை உள்ளது என்று என்னை வெளியேற்றுகின்றாய்?" என்று பலவாறு கதறினார்.

காசியில் உள்ள பல்வேறு சன்னதிகளின் வாயிலில் நின்று அகஸ்தியர் காசியைப் பிரிய மனமின்றிக் கதறினார்.

அசி நதியில் கடைசியாக மூழ்கி எழுந்து, சுற்றிலும் உள்ள கோவில்களைப் பார்த்து "ஐயகோ! நான் மீண்டும் உங்களை எல்லாம் எப்போது பார்க்கப் போகிறேன்?" என்று கண்ணீர் விட்டார்.

லோபாமுத்திரை அகஸ்தியருக்குக் காசி நகரின் மீதான பிடிப்பை எண்ணி வியப்படைந்து, "ஓர் இடத்தை விட்டு வேறோர் இடத்திற்குச் செல்வது பெண்களுக்குப் பழகிப் போன ஒன்று. இதற்காக நீங்கள் இப்படி வருத்தப்பட வேண்டியதில்லை. நீங்கள் காசியில் இருக்கும் தெய்வங்களுக்குச் சாட்சி. காசியில் இருக்கும் தெய்வங்கள் உங்களுக்குச் சாட்சி" என்றாள்.

அகஸ்தியர் "நீ சொல்வதும் சரிதான். நான் என் சொந்த விருப்பத்திற்காகவா காசி நகரை விட்டு நீங்குகிறேன்? இல்லையே. தேவர்கள் அவர்கள் நன்மைக்காக என்னைக் கேட்டுக்கொண்டதால் செல்கிறேன். தமக்காக வாழாமல் பிறருக்காக வாழ்பவன்தானே தூய ஆத்மாவாக இருக்க முடியும்? ததீசி தனது எலும்பைத் தேவேந்திரனுக்கு அளிக்கவில்லையா? மகாபலி தனது தலையை வாமனனின் பாதங்களுக்குக் கொடுக்கவில்லையா? கருடன் தனது முதுகை மகா விஷ்ணுவுக்கு வழங்கவில்லையா?" என்று கூறிச் சமாதானம் அடைந்தார்.

கிரௌஞ்சப் பறவைகளைப் போல லோபாமுத்திரையும் அகஸ்தியரும் காசி நகரை விட்டு நீங்கினார்கள். தேவர்களின் வேண்டுகோளின்படியும் பரமேஸ்வரன் கேட்டுக்கொண்டதாலும் காசி நகரை விட்டு நீங்கிய அகஸ்தியர் விந்திய மலையை அடைந்தார்.

வழிமறித்து நின்ற விந்திய மலையிடம், "விந்தியா! உனக்கு என்னுடைய பலம் குறித்து முழுவதும் தெரிந்திருக்கும் என்று நினைக்கிறேன். இல்லை என்றால் சமீபமாக என்னால் மடிந்த இல்வலன், வாதாபி மரணங்களைக் கேட்டுத் தெரிந்துகொள். நான் தென்திசை நோக்கிச் செல்ல வேண்டியுள்ளது. நான் வரும் வரையில் சற்று முடி தாழ்ந்து வழி விடு" என்றார்.

விந்தியம் தன்னைத் தாழ்த்திக் கொண்டது.

"நல்லது, நான் மீண்டும் இங்கே வரும் வரையில் இப்படியே இருக்கக் கடவாய்" என்றார் அகஸ்தியர். அன்றிலிருந்து அகஸ்தியர் தென்திசையிலிருந்து கிளம்பி மீண்டும் வடதிசைக்கு வருவார் என்று தாழ்ந்த நிலையில் விந்தியம் காத்திருக்கிறது.

இதுவும் ஓர் அருமையான கற்பனை. யார் இந்த அழகான கற்பனையை உருவாக்கினார்கள் என்பது தெரியவில்லை.

அகஸ்தியர் லோபாமுத்திரையுடன் கொல்லாபுரம் (மகாராஷ்டிராவில் உள்ள கோலாப்பூர்) என்ற ஊருக்கு வந்தார். அங்கே குடிகொண்டிருக்கும் மகாலட்சுமி மீது துதி ஒன்றை இயற்றிப் பாடினார்.

அகஸ்தியர் தம்பதிகளின் முன்பு, மகாலட்சுமி பிரத்தியட்சமாகத் தோன்றினாள். லோபாமுத்திரையை அணைத்துக்கொண்டு பலவித ஆபரணங்களையும், சம்பத்துகளையும் வழங்கினாள்.

"அகஸ்தியரே உமக்கு என்ன வரம் வேண்டும் கூறும்" என்றாள் அகஸ்தியரைப் பார்த்து.

"காசியைப் போல இன்னொரு புண்ணியத் தலம் கிடையாது. எனக்கு வரம் அளிப்பது என்றால், நான் மீண்டும் ஒருமுறை வாரணாசி மண்ணைத் தொடும் பாக்கியத்தை எனக்கு வரமாக வழங்க வேண்டும்" என்று வேண்டினார்.

"ஓ பிராமணரே! வரும் இருபத்து ஒன்பதாவது துவாபர யுகத்தில் நீர் வேத வியாசராகப் பிறந்து காசியில் வாசம் செய்வீர். இது சத்தியம்" என்று மகாலட்சுமி சாமர்த்தியமாக வரமளித்தாள்.

இதன் பின்னர் அவர் ஆறுமுகக் கடவுளான ஸ்கந்தனை நேரில் தரிசித்து, அவர் மூலம் காசி மகாத்மியத்தை ஒரு காண்டம் முழுவதும் அறிந்துகொள்வதாக ஸ்கந்த புராணத்தில் உள்ளது. காசி தலத்தின் பெருமைகள், அங்குள்ள விக்ரகங்களின் சிறப்பு, இவை நடுநடுவே பிராமணர் பெருமை, பதிவிரதைகள் பெருமை, பெண்களுக்கு உள்ள ஒழுக்க விதிகள், நீதி, தர்மம் என்று பலப்பல விஷயங்கள் மிக விரிவாகக் கூறப்படுகின்றன.

அகஸ்தியரை வணங்கும் கலாச்சாரம் குறித்து அவந்திய காண்டத்தில் குறிப்பிடப்படுவதால் பொ.யு.மு.பத்தாம் நூற்றாண்டுக்கு முன்னர் அகஸ்திய வழிபாட்டுக் கலாச்சாரம் ஒன்று வடக்கில் இருப்பது தெரிகிறது. புரட்டாசி மாதத்தில் தேய்பிறை சப்தமியன்று அகஸ்திய நட்சத்திரம் வானில் உதயமானவுடன், அகஸ்தியர் கோவிலுக்குச் சென்று வழிபட வேண்டும் என்று கூறப்படுகிறது. இதே காண்டத்தில், பிராமணத் தானவர்களை வதம் செய்ததால் உண்டான பிரம்மஹத்தி தோஷம் நீங்க, உஜ்ஜையினியில் உள்ள லிங்கம் ஒன்றை அகஸ்தியர் வணங்கி வழிபட்டதால் அந்த லிங்கம் 'அகஸ்தீஸ்வர லிங்கம்' என்று பெயர் பெற்றதாகக் கூறப்பட்டுள்ளது. (தானவர்கள், காசியப முனிவருக்கும் தட்சனின் மகள் தனுவிற்கும் பிறந்ததால் அவர்கள் பிராமணர்களாகவே கருதப்பட்டனர்.)

ஸ்கந்த புராணம் நகரக் காண்டத்தில் மீண்டும் ஒருமுறை, விந்திய மலையின் கர்வத்தை அகஸ்தியர் அடக்கியதாகவும், இறுதியில் சூரியன் விந்தியப் பர்வதத்தைத் தாண்டி ஓர் இடத்தில் அகஸ்தியரை வந்து வழிபட்டதாகவும் கூறப்பட்டுள்ளது.

ஸ்கந்த புராணம் நகரக் காண்டத்தில், அகஸ்தியர் கடலை உள்ளங்கையில் வாங்கிக் குடித்த கதை விரிவாகக் கூறப்பட்டுள்ளது.

தானவர்களில் காலேயர்கள் என்பவர்கள் மிகவும் வலிமையுடையவர்களாக மாறி வந்தனர். அவர்களின் வலிமை தேவலோகத்தை எதிர்த்து நிற்கும் அளவிற்கு மிகுந்து காணப்பட்டது.

மகாவிஷ்ணு, ருத்ரன், இந்திரன் ஆகியோரின் தலைமைப் பொறுப்பில் பெரும்படை ஒன்று பூலோகம் வந்து காலேயர்களுடன் போரிட்டது. தானவர்களுக்கும் தேவர்களுக்கும் இடையில் கடும் போர் மூண்டது. மூவுலகும் ஸ்தம்பிக்கும் வண்ணம் நெடுநாட்கள் அந்தப் போர் நிகழ்ந்தது.

யுத்தத்தின்போது காலபிரபா என்ற அசுரன், தன்னை எதிர்த்து வஜ்ராயுதம் ஏந்திப் போரிட்ட இந்திரனைப் பார்த்து வாய்விட்டுச் சிரித்தபடி கொக்கரித்தான்.

“நீண்ட நெடுங்காலம் சென்ற பின்னரே அத்தனை தேவர்களையும் நாங்கள் கண்களால் தரிசிக்கிறோம். தேவேந்திரனே! எங்கே உன் வீரத்தைக் காட்டு!”.

தேவேந்திரன் வலது கையினால் அந்த அசுரன் மீது எறிந்த வஜ்ராயுதத்தை அந்த அசுரன் இடது கையினால் வாங்கினான்.

அந்த அசுரன் பதிலுக்கு, இரும்பினாலான பல நூறு அம்புகளை ஒரே நேரத்தில் இந்திரனை மீது எய்தான். யமனின் ஆவேச நாக்குகளைப் போல அவை இந்திரனைத் தாக்க வந்தன. அந்த அம்புகளால் தாக்கப்பட்ட இந்திரன் ரத்த வெள்ளத்தில் மூழ்கி மயங்கிச் சரிந்தான். தேர்ப்பாகன் மாதலி, நிலைமையின் விபரீதத்தை உணர்ந்து, தேரை யுத்த பூமியிலிருந்து கிழக்கு முகமாகச் செலுத்தினான்.

இதனைக் கண்டு மகாவிஷ்ணு கருடத் தேர் ஏறி, அந்தத் தைத்யர்களுடன் போரிட்டார். அவர்களில் காலகஞ்சன் என்பவன் நாராயணன் விட்ட சுதர்சனச் சக்கரத்தை விழுங்கி, அவரையும் தாக்கினான். விஷ்ணு தாக்கப்படுவதைக் கண்டு ருத்திரர் ஆவேசம் கொண்டு, தைத்யர்களை எதிர்ப்பதற்கு வந்தார்.

ஈஸ்வரன் தனது பினாகத்தை வளைத்து, அங்கிருந்த அசுரர்களை அம்பினால் கொன்றார். அசுரர் படை சிதறி ஓடியது. அந்தத் தைத்யர்கள் சிவபெருமானின் பினாகத்திற்கு அஞ்சி கடலில் தஞ்சம் புகுந்தனர்.

தைத்யர்கள் அனைவரும் ஒன்றுகூடி தேவர்களை அழிக்க யோசனை செய்தனர். வேள்விகள் மூலமே தேவர்கள் தங்களுக்குரிய அவிர்ப்பாகத்தைப் பெற்றுப் பலமடைவதால், வேள்விகள் புரியும் பிராமணர்களை அழித்துவிட்டால் தேவர்களைப் பலமிழக்கச் செய்து, பின்னர் அவர்களைப் போரிட்டு வெல்வது எளிது என்ற முடிவுக்கு வந்தனர். எனவே இரவு நேரங்களில் அனைவரும் உறங்கும்போது யாகசாலைகளை அழிப்பது, அங்கிருக்கும் அந்தணர்களைக் கொல்வது என்ற முடிவுக்கு வந்தனர்.

இரவு நேரம் வந்ததும் அவர்கள் வெளியில் வந்து எங்கெல்லாம் யாகசாலைகள் உள்ளனவோ அங்கெல்லாம் சென்று யாகசாலைகளை அழித்து, பிராமணர்களை வதம் செய்து வந்தனர். அத்ரி, விஸ்வாமித்திரர் போன்ற ரிஷிகளின் கீழ் இருந்த பிராமணர்கள் பல்லாயிரக்கணக்கில் இவ்வாறு கொல்லப்பட்டனர்.

தேவர்களுக்கு மேற்கொண்டு என்ன செய்வது என்பது தெரியவில்லை. பூலோகம் முழுவதுமே காலேயர்களினால் கதிகலங்கிப் போயிருந்தது. தேவர்கள் அனைவரும் ஒன்றுகூடி பிரம்மதேவனிடம் முறையிட, அவரது யோசனையின்படி அகஸ்திய ரிஷியிடம் கோரிக்கை வைக்கலாம் என்று முடிவெடுத்து, அவர் இருந்த சமத்காரபுரம் நோக்கிப் புறப்பட்டனர். (சமத்காரபுரம் என்பது தற்போதைய குஜராத் மாநிலம், அகமத்நகர் மாவட்டத்தில் உள்ள வாத்னகரைச் சுற்றியுள்ள பகுதிகளாகும்.)

தேவர்களின் கோரிக்கையைக் கேட்டதும் அகஸ்திய முனிவர், "தேவர்களே, நான் இப்போது யோக நிஷ்டையில் இருக்கிறேன். ஒரு வருடம் போகட்டும். பிறகு நான் யோகினியின் மூலம் அடையும் வித்தையினால், சமுத்திரத்தை உறிஞ்சிக் குடிக்கும் சித்தி கைவரப் பெறுவேன். அப்போது வாருங்கள்" என்று கூறி அனுப்பினார்.

சக்தி பீடங்கள் அனைத்தையும் அகஸ்தியர் தனது யோக சக்தி, மந்திரங்கள் மூலம் ஒரே இடத்தில் எழுந்தருளச் செய்தார்.

அஷ்டமி மற்றும் சதுர்த்தசி திதிகளில் யோகினிகளையும், கன்னிகைகளையும் மந்திரங்கள் மூலம் வணங்கினார். விசோசினி என்ற வித்யா தேவதையை மூலமந்திரம் கொண்டு ஜெபித்தார். அந்தப் பிரதேசத்தின் க்ஷேத்திரபாலரையும் மனதாரப் பிரார்த்தித்து வந்தார். அந்தத் தேவதையும் பிரத்தியட்சமாகி, அகஸ்தியரிடம் அவர் கோரும் வரத்தைக் கேட்டது.

“தேவதையே! எனது பிரார்த்தனைகளை வாங்கிக்கொண்டால், இந்தச் சமுத்திரத்தின் நீரை வற்றச்செய்ய நினைக்கும் எனது வாய்க்குள் நீ சென்று புகுந்து எனக்குத் துணை புரி” என்று வேண்டினார்.

சம்ஷோஷணீ என்ற ஒரு விதாதா தேவதை, “நான் உனக்கு இந்த உதவியைப் புரிகிறேன்” என்று கூறி அவரது வாய்க்குள் சென்று புகுந்துகொண்டது.

தேவர்கள் சமுத்திரம் வற்றப்போகும் தருணத்தை எதிர்பார்த்து, அந்தக் கடலைச் சுற்றிலும் கைகளில் வலுவான ஆயுதங்களுடன் திரண்டனர். அகஸ்தியர் கடலின் கரையை நோக்கிப் பயணித்தார். அந்த வித்யா தேவதை அவரது தொண்டையில் இருந்த காரணத்தால் அவருக்கு அதிபயங்கரத் தாகம் ஒன்று ஏற்பட்டது.

அகஸ்தியர் பல்வேறு கடல்வாழ் உயிரினங்களுடன் கூடிய அந்தக் கடலை உள்ளங்கையில் வாங்கி ஒரே மடக்கில் குடித்தார். கடல் நீர் எல்லாம் வற்றி அந்த இடம் வெற்று மைதானத்தைப் போலக் காட்சியளித்தது. உள்ளே தைத்யர்கள் ஒளிந்து கொண்டிருப்பதைக் கண்டு தேவர்கள், அவர்களுடன் கடும் யுத்தம் புரிந்து அவர்களைக் கொன்றனர். அகஸ்தியரின் இந்தச் சாதனையால் மனம் மகிழ்ந்த தேவர்கள் அவரிடம், வேண்டும் வரம் என்னவென்று கேட்டனர்.

“தேவர்களே! நான் இங்கே அனைத்துப் பீடங்களையும் ஒரே இடத்தில் ஸ்தாபித்து விட்டேன். யோகினிகளும், வித்யாக்களும், மாதாக்களும் சூழ இருக்கும் இந்த இடம் சித்ரேஸ்வரம் என்ற பெயருடன் விளங்கட்டும். இங்கு வந்து வணங்கும் பக்தர்களின் அபிலாஷைகள் பூர்த்தியாகட்டும்.”

அகஸ்தியர் இதற்கு முன்னால் குறிப்பிட்ட இடங்கள் எல்லாமே, காசியிலிருந்து கிளம்பி உஜ்ஜயினி, கோலாப்பூர், குஜராத் பகுதிகளின் வழியாகச் செல்லும். அவரது பயணத்தில் இங்குக் குறிப்பிடப்படும் சித்ரேஸ்வரம் என்ற இந்த இடம்

இப்போதைய அதாவது பொ.யு.2000வது வருடத்தில் ஒடிஸா மாநிலத்தில் இருப்பதாகவே தெரிய வருகிறது. இது மகாராஷ்டிர மாநிலத்திலிருந்து ஒரு நேர்க்கோடு போட்டுக் கிழக்குப் பகுதியில் பயணித்தால் மட்டுமே சாத்தியம். இது அகஸ்தியரின் பயணத்தின் வழித்தடமா அல்லது மேற்குக் கடற்கரைப் பகுதியில் இன்னொரு சித்ரேஸ்வரம் இருந்ததா என்பது விளங்கவில்லை. சாலிவாகனன் என்ற மன்னரின் குறிப்புகளின்படி, அந்த மன்னர் சித்ரேஸ்வரக் கோவிலில் வழிபாடு நடத்தியவன் என்று செவிவழிக் கதை ஒன்று நிலவுகிறது. சாலிவாகனன், நான் மேலே சொன்ன நேர்க்கோட்டில் உள்ள பகுதிகளில் ஆட்சி புரிந்தவன். எனவே அகஸ்தியரின் யாத்திரை, விந்தியப் பர்வதத்தைக் கடந்து, மெதுவாகத் தெற்குப் பகுதியை நோக்கி நகர்ந்துவிட்டதாகவே தெரிகிறது.

நகரக் காண்டத்தில் இரண்டு மூன்று இடங்களில், அகஸ்தியர் தியானித்த வித்யா மந்திரங்கள் பற்றிய குறிப்புகள் காணப்படுகின்றன. அகஸ்தியர் குறித்து அனைவராலும் அதிகம் பகிரப்படாத ஒரு கதை ஸ்கந்த புராணத்தில் நகரக் காண்டத்தில் இடம் பெற்றுள்ளது.

ஸ்ரீராமர், இராவண வதம் முடித்துவிட்டு அயோத்தி திரும்பும்போது, வழியில் பல புண்ணியத் தலங்களையும் தீர்த்தங்களையும் தரிசித்தபடி வருகிறார். அவ்வாறு வரும்போது, ஆனார்த்திய தீர்த்தத்தை அடைந்து பிரார்த்தனைகளைப் புரிந்தார். அப்போது அங்கே ஆசிரமத்தில் இருக்கும் அகஸ்தியரைக் காண, தம்பி மற்றும் சீதையுடன் செல்கிறார். அகஸ்தியரிடம், இராவணன் மற்றும் அவன் படையைச் சேர்ந்த பல அரக்கர்களைக் கொன்ற விவரங்களைக் கூறுகிறார்.

இராமர், ஒரு வருடம் முன்புதான் அகஸ்தியரைப் பார்த்து, தான் அவரிடம் சிவ அம்சமுள்ள அம்புகளைப் பெற்றதையோ, ஆதித்ய ஹிருதய மந்திரத்தைப் பெற்றதைப் பற்றியோ குறிப்பிடாதது அதிசயமாகவே உள்ளது. அகஸ்தியரும் முன்பு இராமர் அவரை விந்திய மலையின் வடபகுதியில் காண்பதாகக் குறிப்பிடும் ஸ்கந்த புராணம் இப்போது இராமர் அவரை விந்திய மலையின் தெற்குப் பகுதியில் இப்போதைய மகாராஷ்டிர மாநிலத்தில் காண்பதாகக் குறிப்பிடுவது அகஸ்தியரின் யாத்திரையை உறுதிப்படுத்துவதாக உள்ளது.

ஆனார்த்திய தீர்த்தத்தின் அருகில் ஆசிரமத்தில் இருக்கும் அகஸ்தியர், ஸ்ரீராமனிடம் விலை உயர்ந்த ஆபரணம்

ஒன்றைக் கொடுக்கிறார். பசும்பொன்னில் செய்யப்பட்டு நவரத்தினங்களும் முத்துக்களும் மணிகளும் பதிக்கப்பட்ட அந்த ஆபரணம் கண்களைப் பறிப்பதாக இருந்தது. பொதுவாக ஒரு முனிவரிடம் விலை உயர்ந்த ஆபரணங்கள் இருப்பதில்லை என்பதால் இராமர் அகஸ்தியரிடம் அந்த ஆபரணம் அவரிடம் வந்துசேர்ந்த விதத்தைப் பற்றிக் கேட்கிறார். அகஸ்தியர் அழகான கற்பனை நயமும், தத்துவார்த்தச் சிந்தனைகளும் அடங்கிய கதை ஒன்றைக் கூறுகிறார்.

அகஸ்தியர் அந்தப் பகுதியில் ஆசிரமம் அமைத்துக்கொண்டு, ஆனார்த்திய தீர்த்தத்தில் குளித்து, தனது ஜப தபங்களைப் புரிந்துவரும் வேளையில் ஒருநாள் இரவு அந்தக் குளத்தின் அருகில் விண்ணிலிருந்து பிரமாதமான ஒளிபொருந்திய விமானம் ஒன்று கீழே இறங்குவதைப் பார்க்கிறார். விமானத்திலிருந்து தேவனைப் போல ஒருவன், மன்மதனைப் பழிக்கும் தோற்றத்துடன் இறங்கி வந்தான். அவனுக்கு இரண்டு கண்களிலும் பார்வை இல்லை என்பதால் கின்னரர்களின் உதவியுடன் அந்தத் தீர்த்தத்தை நோக்கி வந்தான். அந்தத் தீர்த்தத்தில் முழுகி, உள்ளேயிருந்து ஒரு பிணத்தை வெளியில் எடுத்து வந்தான். கரையில் அமர்ந்து அந்தப் பிணத்தைத் தின்று, அந்தக் குளத்தின் நீரைக் குடித்து, அந்தப் பிணத்தை மீண்டும் அந்தத் தீர்த்தத்தில் போட்டுவிட்டுக் கிளம்ப எத்தனித்தான். இதில் ஆச்சரியம் என்னவென்றால் அந்தப் பிணத்தின் சதையை நன்றாகக் கடித்து அவன் தின்ற பிறகும் அந்தப் பிணம் மீண்டும் பழையது போல முழுமையான பிணமானது.

அகஸ்தியர் ஆச்சரியம் தாளாமல் அவனிடம் சென்று, தான் அகஸ்தியர் என்று அறிமுகப்படுத்திக் கொண்டு, அந்த நிகழ்ச்சிக்கான காரணத்தைக் கேட்டார்.

அகஸ்தியர் தான் மித்ராவருணர்களின் புதல்வன் என்று கூறிய அடுத்த கணம், அந்த விண்ணுலக மனிதன் அவர் முன்பு நெடுஞ்சாண்கிடையாக விழுந்து வணங்கினான்.

“உங்களைப் போன்ற ரிஷிகளின் சங்கம் என்பது தெய்வாதீனம். என்னைப் போன்ற உலோபிகளுக்கும், தர்மசிந்தனை அற்றவர்களுக்கும் உங்களைப் போன்ற ரிஷிகளின் தரிசனம் மிகவும் பாக்கியத்தைத் தருவது. உங்களை இரு விழிகளால் பார்ப்பதற்குப் பார்வையற்ற பாவி நான். என் கதையைக் கூறுகிறேன்” என்று தன் கதையைக் கூறினான்.

ஸ்வேதா என்ற பெயருடைய அந்த மானிடன், ஆனார்த்திய தீர்த்தம் இருந்த பகுதிகளை ஆட்சிபுரிந்த மன்னனாக

விளங்கினான். ஸ்வேதா கொடுங்கோன்மை புரிந்து வந்தான். மக்களுக்கு நன்மை எதுவும் புரியாமல், அவர்களை நீங்காத அல்லல்களுக்கு ஆளாக்கினான். அவன் யாகங்கள் எதுவும் புரியவில்லை.

ஆபரணங்களின் மீது பெரும் ஆசை கொண்ட அவன், வித்தியாசமான நகைகள் யார் கழுத்தில் இருந்தாலும் அபகரித்துக்கொண்டுவிடுவான். அவன் வயோதிகத்தை எய்திய நேரத்தில், ஸ்வேதாவை அவனது சொந்த மகனே அரசாட்சியைப் பிடுங்கிக்கொண்டு அரண்மனையை விட்டுத் துரத்திவிட்டான். மூப்பு பசி இரண்டும் அவனை அலைக்கழிக்க, இறுதியாக அந்த ஆனார்த்திய தீர்த்தத்திற்கு வந்து சேர்ந்தான். அந்தக் குளத்தில் இறங்கி நீராடிவிட்டு அதன் நீரைக் குடிக்க எண்ணி இறங்கினான். பசியின் காரணமாக அவன் அதிலேயே மூழ்கி இறந்துவிட்டான்.

புண்ணிய தீர்த்தத்தில் மூழ்கி இறந்ததால், அவனைத் தேவருலகம் கொண்டுசெல்ல வானவர்களும் கின்னரர்களும் வந்தனர். புஷ்பக விமானத்தில் கொண்டுசென்று யமதர்மன் முன்பு நிறுத்தினர். ஆனார்த்திய தீர்த்தத்தில் மூழ்கியதால் அவனுக்குத் தேவ வாழ்வு கிடைத்தது என்றும், அவன் முந்தைய பிறவியில் கொடுங்கோன்மையான ஆட்சி புரிந்ததால், தேவலோகத்தில் அவன் வசித்தாலும் அவனுக்குப் பசியும் தாகமும் இருந்துகொண்டே இருக்கும் என்றும் பிரம்மா கூறிவிட்டார். அவனது பிணம் அப்படியே அழுகாமல் இருக்கும் என்றும் தினமும் அவன் வானுலகிலிருந்து ஆனார்த்திய தீர்த்தம் வந்து அவனது உடலைத் தின்று பசியாறி, தீர்த்தத்தின் நீரைக் குடித்துத் தாகத்தைத் தீர்த்துக்கொள்ளலாம் என்று பிரம்மா கூறியதால், அவன் கின்னரர்கள், கந்தர்வர்கள் துணையுடன் கீழே வந்து பிணத்தைத் தின்றுவிட்டுச் செல்வதாகக் கூறினான்.

“அன்றிலிருந்து தினமும் நள்ளிரவில் இந்தத் தீர்த்தத்திற்கு வந்து என் பிணத்தை நானே தின்னும் கொடுமையைச் செய்து வருகிறேன். அகஸ்தியரே! உள்ளங்கையில் கடலை வாங்கிக் குடித்தவரே! என் பசியையும் தாகத்தையும் போக்கி எனக்குக் கண்பார்வை அளியுங்கள்” என்று கேட்டான்.

அவன் நிலைக்குப் பரிதாபப்பட்ட அகஸ்தியர் அவனைப் பார்த்து, “ஸ்வேதா! நீ உன் கழுத்தில் அணிந்திருக்கும் விலைமதிப்பற்ற ஆபரணத்தை எனக்குத் தானமாகக் கொடுத்தால் உன் பசியும் தாகமும் அடங்கும். இந்தத் தீர்த்தத்தில், தாமோதரனை மனதில்

தியானித்து எண்ணெய் தீபம் விடுவதால் உன் கண்பார்வையும் கிடைக்கும்" என்று கூறினார்.

"அவன் மீது பரிதாபப்பட்டுதான் அவனிடம் இந்த ஆபரணத்தைத் தானமாகப் பெற்றேன் ராமா! அவன் கண்பார்வையும் திருந்தி, பசி தாகமின்றித் தேவர் உலகம் போய்ச் சேர்ந்தான்" என்று அகஸ்தியர் கூறி முடித்தார்.

ஆனார்த்தம் என்பது குறித்தோ, ஸ்கந்த புராணம் குறிப்பிடும் ஆனார்த்திய தீர்த்தம் குறித்தோ, இப்போது தெரிந்துகொள்ள இயலாத நிலையில்தான் நாம் உள்ளோம்.

ஸ்கந்த புராணம் கிட்டத்தட்ட மிகத் தெளிவாக, அகஸ்தியரின் விந்திய மலையைக் கடந்த பயணத்தைப் பதிவுசெய்கிறது. ஆனால் அங்கிருந்து அவர் பொதிகை மலையை அடைந்ததைப் பற்றிய குறிப்பும் இல்லை, தமிழ் இலக்கண உரைகளில் வருவது போல சிவபெருமானே அகஸ்தியருக்குத் தமிழ் இலக்கணம் ஓதியது பற்றிய சிறிய குறிப்பும் கூட இல்லை.

### பிரம்மாண்டப் புராணத்தில் அகஸ்தியர்

பிரம்மாண்டப் புராணத்தில் அகஸ்தியர் பற்றிய குறிப்புகள் இடம் பெற்றுள்ளன. பிரம்மாண்ட புராணமும் ஸ்கந்த புராணத்தைப் போல முழுமையாகக் கிடைக்காமல் துண்டு துண்டுப் பகுதிகளாக, காண்டங்களாகக் கிடைக்கின்றன.

அகஸ்தியரைப் பரசுராமன் சந்திக்கும் நிகழ்வு ஒன்று பிரம்மாண்டப் புராணம் உபோத்கத பாடத்தில் கூறப்பட்டுள்ளது. பொதுவாகவே அகஸ்தியரை தாந்திரீகம், மந்திரம், ஸ்துதிப் பாடல்கள், ஆயுர்வேதம் இவற்றுடன் இணைக்கும் போக்கு இரண்டு இதிகாசங்களுக்குப் பின்னர் நிகழ்ந்தாலும், இந்தப் பிரம்மாண்டப் புராணத்தில் வரலாற்று நிகழ்வுகளின் பிறழ்ச்சியுடன் இந்த நிகழ்வு கூறப்பட்டுள்ளது. ஸ்ரீகிருஷ்ணரின் அவதாரம், துவாபர மற்றும் கலி யுகங்களில் நிகழ்ந்ததாகப் புராணங்களும் மகாபாரதமும் கூறும்போது, இந்தப் பிரம்மாண்டக் காண்டத்தில் ஸ்ரீராமனுக்கும் முந்தைய காலத்தில் வாழ்ந்த பரசுராமர், ஸ்ரீகிருஷ்ண கவசம் ஒன்றைத் தேடி வருவதாகக் கூறப்பட்டுள்ளது சற்று குழப்புவதாகவே உள்ளது.

கார்த்தவீரிய மகாராஜனைக் கொல்வதற்கான வழிகளைத் தேடிக் கொண்டிருக்கும்போது, ஸ்ரீகிருஷ்ண கவச மந்திரம் ஒன்று தியானிக்கப்படுவதால் அளவற்ற பலம் கிடைக்கும்

என்பதை அறிந்துகொள்கிறார் பரசுராமர். தனது தந்தையின் அறிவுரையின்படி பிரம்மலோகம் செல்லும் பரசுராமர், பிரம்மனிடம் முறையிடுகிறார். பிரம்மலோக விவரிப்புகள் நன்றாக இந்தப் பகுதியில் கூறப்பட்டிருக்கும். பரசுராமன் இருபத்தியொரு க்ஷத்ரியக் குலங்களைப் பூண்டோடு வேரறுப்பதற்கு எடுத்துக்கொண்ட சபதம் நான்கு வர்ணங்களின் மேல் எழுப்பப்பட்டுள்ள உலக நியதிக்கு எதிரானது என்றும், அவரது சபதத்தைக் கைவிடுமாறும் பரசுராமரைப் பிரம்மா வேண்டிக்கொள்கிறார். பரசுராமர் தனது சபதத்தில் உறுதியாக இருக்கவே, பிரம்மா அவரைச் சிவலோகத்திற்குச் சென்று சிவபெருமானிடம் கேட்கச் சொல்கிறார்.

சிவலோகம், பிரம்ம லோகத்திலிருந்து ஒரு யோசனை தூரத்தில் இருப்பதாக பிரம்மாண்டப் புராணம் ஒரு புதிய தகவலைத் தருகிறது. ஒரு யோசனை தூரம் என்பது தற்போதைய அளவுகளில் பன்னிரெண்டு கிலோமீட்டர் தூரமாகும். யோகிகளால் மட்டுமே சிவலோகத்தை அடைய முடியும் என்கிறது பிரம்மாண்டப் புராணம். வைகுந்தத்தின் வலப்பக்கத்திலும், சக்தி லோகத்தின் இடப்பக்கத்திலும், துருவனுடைய இடத்திற்கு மேலாகவும் ஏனைய லோகங்களை விட மிகத் தொலைவிலும் உள்ளதாக இப்புராணம் சிவலோகத்தைப் பற்றிக் குறிப்பிடுகின்றது.

பரசுராமர் தனது யோக பலத்தால் சிவலோகத்தை அடைந்தார். சிவலோகத்தைப் பற்றிய வர்ணனைகள் நுட்பமான தகவல்களுடன் நன்றாக விவரிக்கப்பட்டுள்ளது.

இங்கே ஒரு சிவஸ்துதி இடம்பெற்றுள்ளது.

சிவபிரான் அகம் மகிழ்ந்து, பரசுராமரைக் கார்த்திகேயனைப் போலத் தனக்கொரு பிள்ளையாகவே பாவிக்கிறார். பரசுராமர் தான் கார்த்தவீரியனைக் கொல்வதற்கு எடுத்துள்ள சபதத்தையும், அதற்கு அவரது அருள்வேண்டி வந்துள்ளதையும் எடுத்துரைக்கிறார். சிவபெருமான், கார்த்தவீரியன் மகாவிஷ்ணுவின் அருள் பெற்றவன் என்றும், சக்தியின் அருளும் இருப்பதால் அவனை வெல்வது எளிதன்று என்றும் எடுத்துரைக்கிறார். பரசுராமர் ஏற்க மறுக்கிறார்.

பரசுராமரின் உறுதியைக் காணும் தாணு, அவருக்குக் கவச மந்திரம் ஒன்றை ஓதுகிறார். அதோடு தனது பல்வேறு ஆயுதங்களையும் பரசுராமருக்கு அந்தப் பினாகபாணி வழங்கினார். ஸ்ரீகிருஷ்ண கவசம் என்பது அந்த மந்திரத்தின் பெயர். மந்திரத்திற்கு, பிரஜாபதி, சந்தஸ் போன்றவை

தெளிவாகக் குறிப்பிடப்பட்டுள்ளது. ஸ்துதி முழுவதிலும் ஸ்ரீகிருஷ்ணரின் பெருமைகள் கூறப்பட்டுள்ளன.

ஒரு புஷ்கரத்தின் கீழிருந்து பரசுராமர் நூறு வருடங்கள் தவமிருந்து கிருஷ்ணக் கவசத்தை ஓதியும் பலன் எதுவுமில்லாமல் போகவே, அகஸ்தியரை நாடி, அவர் இருக்கும் ஆசிரமத்தை நோக்கிச் செல்கிறார்.

அகஸ்தியர் அந்த மந்திரம் பலிக்காமல் போன காரணத்தைத் தனது அகப்பார்வையின் மூலம் அறிந்துகொண்டு, பரசுராமருக்கு உபதேசம் செய்கிறார். யோகம் குறித்தும், மந்திர சித்தி குறித்து, அவர் காலத்திலும் அவருக்கு முந்தைய காலத்திலும் இருந்த யோகிகள் குறித்தும் நீண்ட விளக்கங்கள் தரும் மிக முக்கியமான பகுதி இது.

பகவான் ஸ்ரீகிருஷ்ணரின் நூற்றியெட்டு நாமாக்களைக் குறிப்பிடும் பகுதி இது.

வேதங்கள், வேதாங்கங்கள் ஆகிய சமுத்திரங்களின் கரைகளைக் கண்டவரும் பிராமணர்களில் சிறந்தவரும், தர்ஸனங்களில் வல்லவருமான அகஸ்திய முனிவர் இந்தியாவின் பல்வேறு பகுதிகளுக்கு யாத்திரை மேற்கொண்டார்.

அவர் சென்ற இடங்களில் அனைத்து ஜீவன்களும் அறியாமை என்னும் இருளில் மூழ்கி, காமம் என்ற சாகரத்தில் விழுந்து, கரையேற வழியின்றித் தவிப்பதைக் கண்டார்.

அகஸ்தியர் தென் தமிழ்நாட்டில் காஞ்சி என்ற புண்ணிய க்ஷேத்திரத்தை அடைந்தார்.

காஞ்சியில் உள்ள ஏகாம்பரேஸ்வரர் சன்னதியிலும், காமாக்ஷி சன்னதியிலும் வணங்கிவிட்டு அகஸ்தியர் ஒரு நீண்ட தியானத்தில் ஆழ்ந்தார். மகாவிஷ்ணு அவரது தியானத்தில் மகிழ்ந்து, அவர் முன்னே ஹயக்ரீவருடைய ரூபத்தில் தோன்றினார். சங்கு சக்கரதாரியாக ஜெபமாலை, ஏடு தரித்து நான்கு தோள்களுடன் அவர் விளங்கினார்.

அகஸ்தியர் அகமகிழ்ந்து ஹயக்ரீவரைத் தோத்திரங்களால் புகழ்ந்து போற்றி வணங்கினார்.

"அகஸ்தியரே உமது தவத்தில் மகிழ்ந்தோம், நீர் விரும்பும் வரத்தைக் கேளும்" என்றார் ஹயக்ரீவர்.

"சுவாமி! அறிவில்லாதவர்களும் மூர்க்கர்களும் முக்தி பெறுவது எங்ஙனம் என்ற ரகசியத்தைக் கூறுங்கள்" என்றார்.

தமஸ், நியமங்கள், தியாகங்கள், சித்திகள் போன்றவை குறித்து நீண்ட உரை நிகழ்த்தும் ஹயக்ரீவர் சக்தியின் பெருமைகளை எடுத்துரைக்கிறார்.

ஹயக்ரீவரை அகஸ்தியர் தனது ஆசிரமத்தில் எழுந்தருளும்படி கேட்க, ஹயக்ரீவரும் மிக்க மகிழ்ச்சியுடன் அவரது ஆசிரமத்தில் எழுந்தருளினார். இருவர் இடையிலும் நீண்ட உரையாடல் நடந்தது. அது தத்துவார்த்தமான மிக முக்கிய சம்பாஷணை ஆகும்.

"சுவாமி! பராசக்தியின் அவதார மகிமையைப் பூரணமாகக் கூறுங்கள்" என்று அகஸ்தியர் கேட்டுக்கொண்டதும், ஹயக்ரீவர் சகல சித்தாந்தங்களின் பூரணக் காரணியாகவும், சகல ஜீவராசிகளுக்கு ஆதாரமாகவும், சத் அசத்துகளின் வடிவங்களாகவும் அவளைத் தியானத்தால் மட்டுமே அறிய முடியும். தியானமும் வித்தைகளும் அவளது கரங்களாகும். ஹிருதயம் அவளது பீடம். அவள் இடைவிடாத உபாசனையினால் மட்டுமே பிரசன்னம் ஆகின்றவள்" என்று ஸ்ரீலலிதாவின் பெருமைகளைக் கூறத் தொடங்கினார்.

ஸ்ரீலலிதாவின் ஆயிரம் நாமங்கள் அகஸ்தியருக்கு உபதேசிக்கப்பட்டு, அதற்கான நியமங்களையும் ஹயக்ரீவர் கூறினார்.

### பாகவத புராணத்தில் அகஸ்தியர்

அகஸ்தியர் ஒருவழியாகத் திராவிட நாட்டில், அதிலும் பாண்டியனின் ராஜ்ஜியத்திற்குள் வந்துவிட்டதைப் பாகவத புராணம்தான் கூறுகிறது. இப்பகுதி கஜேந்திர மோட்சம் குறித்த பகுதியில் வருகிறது.

கஜேந்திரன் என்ற யானை, முற்பிறப்பில் திராவிடத் தேசத்தின் தென்பகுதியில் இருந்த பாண்டிய நாட்டில், விஷ்ணுவின் மீது பக்தி கொண்ட மன்னனாக இருந்து வந்தது என்று பாகவத புராணம் கூறுகிறது. ஒரு முறை இந்திரம்யுனன் என்ற பெயருடைய அந்தப் பாண்டிய மன்னன், மகாவிஷ்ணுவின் சாந்திக்காகத் தானும் மௌன விரதத்திலிருந்து, மலயமலையில் ஜபம் மேற்கொண்டிருந்தான். அப்போது அவ்வழியே எப்போதும் போலத் தனது சீடர்கள் புடைசூழ வரும் அகஸ்தியரை மௌன விரதத்தில் இருந்தபடி தியானத்தில் ஆழ்ந்திருந்த மன்னவன் உரிய முறையில் வரவேற்காமல் போகவே, அகஸ்தியர் கோபம்கொண்டு, அவனைக் காட்டில் வாழும் ஒரு யானையாகப் பிறக்கும்படி சபித்து விடுகிறார்.

பாகவத புராணம் நான்காவது ஸ்கந்தம் அகஸ்தியரைக் குறித்து இதுவரை கேள்விப்பட்டிராத தகவல் ஒன்றைக் கூறுகிறது. மனுவின் புதல்விகளின் மரபுவழிப் பட்டியல் இடம்பெறும் இந்த ஸ்கந்தத்தில் இவ்வாறு கூறப்பட்டுள்ளது.

"தனது மனைவி அவிர்பாஹு மூலம் புலஸ்தியருக்கு, அகஸ்தியர் என்றொரு புதல்வன் பிறந்தார். இவர் (அகஸ்தியர்) மற்றொரு பிறவியில் அடிவயிற்றின் நெருப்பாகப் பிறவியெடுத்தார்."

இவ்வாறு கூறப்படுவதே, புராணங்களில் பல்வேறு இடங்களில் காலப் பிறழ்ச்சியில் பல்வேறு அகஸ்தியர்கள் வருவதற்குக் காரணமாக இருக்கலாம்.

பாகவத புராணம் ஒன்றுதான் அகஸ்தியரைத் தமிழகத்தில் கொண்டுசேர்த்துள்ளது எனலாம்.

## திருவிளையாடற்புராணத்தில் அகஸ்தியர்

இரண்டுவிதமான திருவிளையாடல் புராணங்கள் நமக்குக் கிடைத்துள்ளன. ஒன்று செல்லிநகர் பெரும்பற்றப் புலியூர் நம்பி இயற்றிய திருவிளையாடற்புராணம். மற்றொன்று பரஞ்சோதி முனிவர் இயற்றியது. புலியூர் நம்பியின் நூல், காலத்தால் முதன்மையானது என்பதால் இதனையே அறிஞர்கள் முதன்மை நூலாகக் கொண்டுள்ளனர். பண்டித மகோபாத்தியாய உ.வே.சாமிநாதையரின் அருந்தமிழ்ப் பணியைப் பின்பற்றிச் செல்லும்போது, நமக்கு இது போன்ற அரிய நூல்களின் வரலாறு, அதன் ஆசிரியர் வரலாறு, அவர்கள் காலத்து அரசன் போன்றோர்களின் தகவல்கள் கிடைக்கப் பெறுகின்றன. இந்த பெரும்பற்றப் புலியூர் நம்பி, மாறவர்மன் குலசேகரப் பாண்டியன் என்ற பாண்டியனின் காலத்தில் வாழ்ந்தவர் என்பதை திருப்புத்தூர் கோவில் கல்வெட்டுகள் கூறுகின்றன.

மேற்கூறிய திருவிளையாடல் புராணத்தின் பன்னிரண்டாவது படலமான 'குறுமுனிக்குத் தமிழுரைத்த திருவிளையாடல்' என்பதில் சிவபெருமான், அகஸ்திய முனிவருக்குத் தமிழ்மொழியைப் போதித்த கதை வந்துள்ளது. தமிழில் உள்ள புராணங்களில் மட்டுமே, அகஸ்தியருக்கு சிவபெருமான் இலக்கணம் போதித்ததாகக் கூறப்படுவது இங்கே கூர்ந்து கவனிக்கத்தக்கது.

இந்தக் கதையிலும் ஈசன் உமையம்மை திருமணத்தைக் காண அனைத்துத் தேவர்கள், கந்தர்வர்கள், கின்னரர்கள், கிம்புருடர், ரிஷிகள் என எல்லோரும் ஒரே இடத்தில் கூடியதால் தென்திசை உயர்ந்து வடதிசை தாழ்ந்துவிடவே, சிவபெருமான்

அகஸ்தியரை அழைத்துத் தென்திசை செல்ல உத்தரவிடுகிறார். "பாஷை தெரியாத ஊரில் என்னால் எப்படி வசிக்க முடியும்?" என்று அகஸ்தியர் எதிர்க்கேள்வி கேட்கும்போது, இறைவன் அவருக்குத் தமிழ்மொழியின் விரிவையும், இலக்கணத்தையும் பாடமாக எடுப்பதாகக் கூறப்பட்டுள்ளது. இறைவனிடம் தமிழ்மொழியை இலக்கணச் சுத்தமாகக் கற்றுக்கொண்ட அகஸ்தியர், மலயமலை என்னும் பொதிகை மலையை நோக்கிப் பயணித்தார் என்று குறிப்பிடப்பட்டுள்ளது.

### திருநெல்வேலி தலபுராணத்தில் அகஸ்தியர்

இந்த நூலிலும் சிவபெருமான் யோகத்தில் ஆழ்ந்தது, மன்மதத் தகனம், பின்னர் சிவன் பார்வதி திருமணத்திற்காகக் கயிலாயத்தில் தேவர்கள் கூடியது போன்ற செய்திகள் கூறப்பட்டு வடதிசை தாழ்ந்து தென்திசை உயர சிவபெருமான் அகஸ்தியரை அழைத்துத் தென்பால் செல்லுமாறு உத்தரவு பிறப்பிப்பதாகவே வருகிறது.

"என்னையும் தேவியையும் ஒத்தவர்கள் உண்டு என்பதை யாம் அறிவோம். அவர்கள் யார் என்றால் அகஸ்தியனும் அவரது மனைவி லோபாமுத்திரையும் ஆவர். அவர் சிந்தையில் சதா என்னையே வைத்து தியானிப்பதால் அவரே யாம் என்று அறிக. அவர் செல்லும் திசை அகஸ்திய திசை என்பதையும் அறிக" என்று அகஸ்தியருக்குச் சிவபெருமான் அறிமுகம் அளிக்கிறார்.

பிறகு சிவபெருமான் அகஸ்தியரை, தெற்கு நோக்கிச் சென்று குற்றாலம் வேணுவனம் போன்ற இடங்களில் சிவவழிபாடு செய்து, இறுதியாகப் பொதியை மலையில் நிலைத்திருக்க அனுப்புகிறார். கூடவே திருச்செந்தூரில் தனது மகனாக அவதரிக்கப்போகும் முருகப் பெருமானைத் தங்கியிருக்கச் செய்யப் போவதாகவும் முருகனின் அருளுடன் அகஸ்தியர் தமது செயற்திட்டங்களைத் தொடங்கலாம் என்றும் கூறுகிறார்.

அகஸ்தியர், மனைவி லோபாமுத்திரை, தாமிரபரணி சகிதம் தெற்கு நோக்கிப் பயணிக்கிறார். வழியில் கிரவுஞ்சன் என்ற அரக்கனின் ஆணவத்தை அடக்கி, அவனை ஒரு மலையாக மாற்றிவிட்டுச் செல்கிறார். ஆனால் அவர் குறிப்பிடும் கிரவுஞ்சம் வடக்குப் பகுதியில் உள்ளதாகவே இதில் குறிப்பிடப்படுகிறது.

இந்த நூலிலும், அகஸ்தியர் காசிக்குச் சென்று விசுவநாதரை வணங்குவதைக் குறிப்பிட்டு, தெற்கு நோக்கிச் செல்வதாகக் கூறப்படுகிறது. விந்தியப் பர்வதத்தின் கர்வம் அடக்கியது,

இல்வலன், வாதாபி ஆகியோரை வென்றது போன்றவையும் கிட்டத்தட்ட அதே கதையாடலுடன் கூறப்பட்டுள்ளது. திருக்குற்றாலப் புராணமும் திருநெல்வேலி தலபுராணமும் கிட்டத்தட்ட ஒன்றாகவே உள்ளன என்பதால் நான் இந்த நூலில் உள்ளவற்றை முழுவதும் விவரிக்கவில்லை.

சிந்துப்பூந்துறை என்ற இடத்தில், அங்கிருந்த தீர்த்தத்தில் மூழ்கிய பின்னரே அகஸ்தியர் சிவபெருமானின் திருமணக் கோலத்தைக் கண்டதாக இந்த நூல் கூறுகிறது. திருச்செந்தூரில் பசு பதி பாசம் என்பதற்கு அகஸ்தியர் கூறிய விளக்கமும், முருகப்பெருமானின் முன்னிலையில் அகஸ்தியர் வருண பகவானுக்குப் பொருணை நதியைத் திருமணம் செய்துவைப்பதாக ஒரு புதுச் செய்தியும் கூறப்பட்டுள்ளது.

அதே போல, பாண்டிய நாட்டை அகஸ்தியர்தான் முதலில் ஆண்டதாக ஒரு புதுக் கதையை திருநெல்வேலி தலபுராணம் கூறுவது வியப்பளிக்கிறது. இது வேறு எங்கும் காணாத செய்தியாக உள்ளது. அதாவது சிவபெருமான், தான் ஆட்சிபுரிந்த உலகத்தைத் தனது இளையோன் முருகவேளிடம் ஒப்படைக்க, முருகவேள் ஆட்சி புரிந்த பாண்டிய நாட்டை பின்னர் அவன் அகஸ்தியரிடம் ஒப்படைத்ததாகக் கூறுகிறது.

### திருக்குற்றாலத் தலபுராணத்தில் அகஸ்தியர்

திரிகூடராசப்ப கவிராயர் இயற்றிய நூல்தான் இந்தத் திருக்குற்றாலத் தலபுராணம். தமிழின் இன்சுவையைப் பிழிந்து கொடுப்பது போலப் பல பாடல்களால் குற்றாலநாதரின் பெருமையைக் கூறும் நூலாகும். திரிகூடராசப்ப கவிராயர் பொ.யு.17ம் நூற்றாண்டில் திருநெல்வேலி மாவட்டம் நாங்குநேரி வட்டம் விஜய நாராயணம் என்ற ஊரில் பிறந்தவர். குற்றாலக் குறவஞ்சி இவரது சிறப்பு நூல்.

திருக்குற்றாலநாதர் கோவிலில் உள்ள தேவர்களையும் அடிகளாரையும் முனிவர்களையும் போற்றிப் பாடும் முதற்பகுதியில், கீழ்க்கண்ட பாடலின் வாயிலாக அகஸ்தியரைத் திரிகூடராசப்ப கவிராயர் போற்றுகிறார்.

கிளியேந்தும் அணிநிலவு விரிகூடத்
    திரிகூடக் கிரிக்கே யாவும்
விளையேந்து புனல்கரகம் தண்டேந்திப்
    படைத்தபிரான் விடுத்து நேமி
வளையேந்தும் கரத்துமழு மானேந்திப்

பசுந்துவல மவுலிக் காடு
முளையேந்து மதியேந்தத் துதியேந்துத்
தமிழ்முனிதாள் முடிமேல்.

இந்தப் பாடல் திருக்குற்றாலத்தில் அகஸ்தியர், திருமாலின் உருவத்தைச் சிவலிங்கமாக மாற்றிய செயல் ஒன்றினை விரித்துக் கூறுவதாகும்.

திருக்குற்றாலக் கோவிலில் அகஸ்திய முனிவர் திருமாலின் உருவத்தைத் தனது கரத்தால் அழுத்தி பூமிக்குள் செல்லும்படி செய்து, பின்னர் அதனை லிங்கரூபமாக மாற்றிய வரலாற்றைக் கூறுவதாகும். இதன் விரிவை நாம் பின்னர் விரிவாகப் பார்க்கலாம். 'யாவும் விளையேந்தும்' என்பதன் மூலம், நான் ஏற்கெனவே குறிப்பிட்டதைப் போல, ஒரு செயற்திட்டத்தின் தலைமை அதிகாரியாக அகஸ்தியர் செயல்படுபவர் என்று கூறியதை உறுதிப்படுத்துகிறது. புனல் கரகம் என்பதற்கு, நீருடைய கமண்டலம் என்றும் கொள்ளலாம், காவிரி தாமிரபரணி போன்ற நதிகள் வருவதற்கு மூலமாக விளங்கிய கமண்டலம் என்றும் கூறலாம். நீர்த்தடங்களைச் சீர்படுத்தி, புதிய நீர்த்தடங்களை ஏற்படுத்தி, காடை மேடாக்கி, ஊர்களையும் நகரங்களையும் ஏற்படுத்தி, அங்கே மக்களைக் குடியிருக்கச் செய்வது ஒரு பெரிய செயற்திட்டமாகும். அதற்கு ஒரு முதன்மை அதிகாரியாகவே அகஸ்தியர் இருந்திருக்கிறார்.

சிவபெருமானின் லீலைகளைச் சொல்லும் அனைத்துப் புராணங்களிலும் வருவது போலவே தக்ஷனின் வதமும் பார்வதி திருமணமும் இதிலும் இடம்பெற்றுள்ளன. எல்லாப் புராணங்களிலும் வருவது போலவே, முப்பத்து முக்கோடி தேவர்களும் கூடியதால் வடதிசை தாழ்ந்து தென்திசை உயர்ந்து விடுகிறது. ராசப்பக் கவிராயர் நாவலந்தீவினை ஒரு கப்பலைப் போல வர்ணித்து, சரக்குகள் எல்லாம் ஒருபால் ஏற்றப்பட, கப்பலின் ஒரு பகுதி கடலில் மூழ்குவது போல என்ற சிறந்த உவமை ஒன்றைக் கூறுகிறார். அனைவரும் அச்சம்கொள்ளவே, சிவபெருமான் கடைக்கண்ணால் அகஸ்தியரை நோக்க, அவர் தலைதாழ்த்தி, கரத்தால் வாய் பொத்தி, ஈசனின் கட்டளைக்குக் காத்திருக்கிறார். இறைவன் அவரிடம் முகம் கோணாதவாறு, தென்திசை சென்று நாவலந்தீவைச் சமன்படுத்துமாறு பணிக்கிறார். புவியியல் குறித்த புறப்பார்வை தோன்றிய காலத்தில் எழுதப்பட்ட புராணம் என்பதால் உலகம் என்பது இங்கே மறைந்து நாவலந்தீவு என்றானது. துருவனைப் போல

அகஸ்தியரைத் தென்திசையிலேயே இருக்குமாறு இறைவன் கூறுகிறார்.

தென்திசையில் ஓர் இரகசிய இடம் உள்ளதாகவும், இமயமலையில் கோடிநாள் தவம் செய்வதன் பலன் அங்கே ஒரே நாளில் தவம் செய்யும்போது கிடைக்கிறது என்றும், இமயமலைக்குத் தென்புறத்தில் உள்ள மலை, இனிமேல் அகஸ்தியருக்கு வாழ்விடமாக விளங்கப் போகும் பொதிகை மலைக்கு வடதிசையில் உள்ள மலை, திரிகூட மலை என்று வழங்கப்படும் குற்றால மலையே அது என்றும் சிவபெருமான் கூறுவதாகக் காணப்படுகிறது. இதிலிருந்து அகஸ்தியர் வாழ்விடம் பொதிகை மலை என்பதைத் திரிகூட ராசப்பக் கவிராயர் உறுதிப்படுத்துகிறார். சித்திர கங்கை அங்குப் பாயும் எனவும், திருமால் வடிவில் உள்ள மூர்த்தியைச் சிவலிங்கமாக மாற்றி வழிபட்டு, ஐந்நூறு வேள்விகள் புரிந்து வரும்போது, அங்கு தான் திருமணக் கோலத்துடன் காட்சி தந்து தாண்டவமும் செய்வதாகக் கூறுகிறார். காவிரியை அவரோடு சிவபெருமான் அனுப்பி வைக்கிறார். அகஸ்தியர் பொதிகை மலையை அடைந்ததும் உலகம் சமநிலையை அடைந்தது. குற்றாலம் போல் உயர்ந்த தலமும், குறுமுனி போல் மாதவனும், திரிகூடத்து நதியினைப் போல நதியும், எங்கும் கிடையாது என்கிறார் கவிராயர்.

தொகை வகைகளோடு விரிவும் சேரும்படி தமிழுக்கு இலக்கணம் வகுத்த அகஸ்தியர் என்று கவிராயர் பாடுகிறார்.

அகஸ்தியர் இந்தியக் காண்டத்தின் வடபகுதியிலிருந்து, ஒன்பது பாகங்களில் எட்டு 'பாகங்களைக் கடந்து குமரிக் கண்டம் வந்து அங்கிருக்கு கிரௌஞ்ச மலையின் இருளைத் தனது ஞான தண்டத்தால் கடப்பதாகக் கவிராயர் கூறுகிறார். கிரௌஞ்சப் பர்வதத்தின் இருளை அகற்றும் கதை மற்ற புராணங்களில் விரிவாக எடுத்துரைக்கப்படவில்லை.

முன்னுக்குப் பின்னாக அவர் விந்திய மலையை அடக்கியது, காசி நகரம் சென்றது வாதாபியைக் கொன்றது, பிறகு இல்வலனை ஒரு தருப்பைப் புல்லை எறிந்ததன் மூலம் கொன்றது, கோதாவரியில் மூழ்கி மல்லிகார்ஜுன சுவாமியை வணங்கியது என்பவற்றைத் தொடர்ந்து, துங்கபத்திரை ஆற்றில் மூழ்கி, காஞ்சி, அருணாசலம், மணிமுத்தாறு போன்ற இடங்களைக் கடந்து திருமுதுகுன்றத்தில் இறைவனை வணங்கிச் செல்கிறார். இல்வலன், வாதாபி என்ற இரண்டு வேதநெறியில் வாழ்ந்த

பிரம்மராக்ஷதர்களைக் கொன்ற பாவம் நீங்க, அகஸ்தியர் குடகு மலையில் சிவபூஜை செய்கிறார்.

இந்திரன் சீர்காழியில் சிவபூஜை செய்வதற்கு ஒரு சோலை வளர்க்க எண்ணினான். அதற்காக விநாயகருக்குச் சிறப்புப் பூஜை செய்தான். விநாயகர் அவன் எதிரில் தோன்றி அவன் வேண்டுவது யாது என்று வினவினார். அகஸ்தியரின் கமண்டலத்தில் சிக்கிக்கொண்டுள்ள காவிரியைக் கவிழ்த்து பூமியில் ஓடவைத்தால் அதன் மூலம் சோலைகள் வளரும் என்று வரம் கேட்கிறான். விநாயகர் ஒரு காகத்தின் உருவில் வந்து, அகஸ்தியர் சந்தியாவந்தனப் பூஜைகள் செய்யும் சமயம் அவரது கமண்டலத்தைக் கவிழ்த்துக் காவிரியை ஓடவிடுகிறார். கமண்டலத்தைத் தட்டிவிட்ட சிறுவனைத் துரத்திக்கொண்டு காடு, மேடு, மலை, பள்ளத்தாக்கு என்று அலைந்து மெலிந்த முனிவர், தமது தியானத்தின் மூலம், வந்திருப்பது விநாயகர் என்று உணர்ந்து, தமது தவறுக்கு நெற்றியில் குட்டிக்கொண்டார். பின்னர் அவையே தனக்கு வழிபாடாகட்டும் என்று கூறி விநாயகர் வடக்கு நோக்கிச் சென்றார். அகஸ்தியர் தெற்கு நோக்கிச் சென்றார்.

அகஸ்தியர் பின்பு அங்கிருந்து கிளம்பி காவிரியின் கரைகளில் அமைந்த கும்பகோணம், திருவாரூர், திருவையாறு, திருவலஞ்சுழி, மருதூர், திருவானைக்கா, திருவரங்கம் திருவெண்காடு, வேதாரண்யம் போன்ற தலங்களில் இறைவனைக் கைகூப்பித் தொழுது பின்னர், முன்னைப் பழமைக்கும் பழமையான தில்லையில் உள்ள ஆண்டவனின் ஆனந்தக் கூத்தினைக் கண்டுகளித்தார்.

அங்கிருந்து கிளம்பி காவிரி சங்கமம், சேதுக் கடற்கரை, திருக்கொடுங்குன்றம், திருக்கானப் பேரூர், திருப்புத்தூர், திருவாடானை, திருவேடகம், திருப்பரங்குன்றம், மதுரை, திருநெல்வேலி என்று தொடர்ந்துசென்று அந்தந்தத் தலங்களில் சிவலிங்கங்களைப் பிரதிஷ்டை செய்து வணங்கிச் சென்றார். பிறகு அங்கிருந்து கிளம்பி திரிகூடம் சென்றார். அங்கும் சிவலிங்கத்தைப் பிரதிஷ்டை செய்து வழிபட்டார். கடலை அள்ளிப் பருகிய கைகளை உடைய குறுமுனி, சித்திர கங்கையை நெறிப்படுத்தி, அங்கே அருவியாக விழச் செய்தார்.

இந்தப் பகுதியில் கவிராயர் மிக விளக்கமாக, யோக நெறிகளைப் பத்துப் பாடல்களில் விளக்குவதைப் பார்க்கும்போது அவர் அந்த நெறியில் மூழ்கித் திளைத்திருப்பதை அறிய இயலும்.

அகஸ்தியர் சாலோகம் அளிக்கவல்ல திருக்குற்றாலநாதரைத் தரிசிக்க எண்ணி கோவிலுக்குள் நுழைய முற்பட்டபோது, வாயிற்காப்போன், சைவ அடிகள் என்ற காரணத்தால் அவர் கோவிலுக்குள் நுழையத் தடைவிதித்தான். சற்று நேரத்தில், வேத நெறியில் வாழும் வைணவர்களும் கூடி, அகஸ்தியர் உள்ளே நுழைவதைத் தடுத்தனர். நீண்ட விவாதம் இருவருக்கும் இடையில் நிகழ்ந்தது. சிவபெருமான் பாற்கடலிலிருந்து கிடைத்த ஆலாகாலத்தை உண்டிராவிட்டால் அமரர்களின் கதி பூண்டோடு அழிந்து போயிருக்கும் என்று கூறியும், மறையோதும் வைணவர்கள் அகஸ்தியரைத் தடுத்தனர்.

அகஸ்தியர் அங்கிருந்து கிளம்பி, அருகிலிருந்த தென் இலஞ்சி என்ற ஊருக்குச் சென்றார். அங்கிருந்த கோவிலில் உள்ள வேதப்பரம்பொருளின் ஞானக்கொழுந்தாகிய முருகப்பெருமானை வழிபட்டார்.

"ஐயனே! திருக்குற்றாலத்தில் எம்பெருமானின் திருமணக் கோலத்தையும்,தாண்டவத்தையும் காண ஆசைகொண்டு தவம்செய்ய வந்தேன். மேலும், இங்குள்ள விஷ்ணு மூர்த்தியைச் சிவலிங்கமாக மாற்றும்படி எம்பெருமான் இறைவன் எனக்கிட்டக் கட்டளையை நிறைவேற்ற வந்தேன். ஆனால் மறையோதும் வைணவர்கள் எனக்கு அனுமதி மறுக்கின்றனர்" என்று முறையிட்டார்.

"அகஸ்தியரே! கவலை வேண்டாம். நீர் சிவனடியார் கோலத்தைக் கலைத்துவிட்டு வைணவர்களைப் போலக் கோலம்கொண்டு கோவிலுக்குள் சென்று விஷ்ணு மூர்த்தியைச் சிவலிங்கமாக மாற்றி கோவிலின் ஆகமத்தையும் மகுடாகமமாக மாற்றுங்கள்" என்று கூறி மகுடாகமம் என்றால் என்ன என்று முருகப்பெருமான் விளக்கிக் கூறினார்.

குமரக்கடவுள் கூறியபடி இலஞ்சியில் வெண்மணலால் ஆன இரண்டு லிங்கங்களைப் பிரதிஷ்டை செய்து, இரண்டையும் ஒன்றாக்கி, இருவாலுகநாயகன் என்று பெயர் சூட்டி வணங்கினார். இது திருக்குற்றாலத்தில் உள்ள விஷ்ணு மூர்த்தியைச் சிவலிங்கமாக ஆக்குவதற்கு ஒரு முன்மாதிரிச் செய்கை எனக் கொள்ளலாம்.

துளசிமாலை, தருப்பை மாலை, நெற்றியில் சந்தனக் கோபியை நீள்வடிவில் தீற்றிக் கொண்டு, நாவில் வைணவத் திருமந்திரமும் நெஞ்சில் ஐந்தெழுத்து மந்திரமும் ஒலிக்க, மீண்டும் குற்றாலநாதர் கோவிலுக்குள் நுழைந்தார்.

அங்குள்ள வைணவர்கள் அவரை ஒரு வைணவ ஆசாரியனாகவே நம்பி விஷ்ணுவின் சன்னதிக்குள் அவரை பூஜைசெய்ய அனுமதித்தனர். திருமாலுக்குள் அந்தர்யாமியாக விளங்கிய சிவபெருமானை அந்த விஷ்ணு மூர்த்தியில் கண்டு வணங்கி நின்றார் அகஸ்தியர். ஒரு கையில் சங்கும் மற்றொரு கையில் சக்கரமும் ஏந்தி சூரிய சந்திரர்கள் உதிக்கும் நீலமலை போல நின்ற மகாவிஷ்ணுவைக் கண்டார். திருமேனி பச்சை மாமலை போலவும், கண்களும் கரங்களும் பாதங்களும் முகமும் அன்றலர்ந்த தாமரையைப் போலவும் கனிவுடன் திகழ்ந்தன.

கோவிலைச் சேர்ந்த பட்டர்கள் பூஜைக்கெனக் கொண்டுவந்த பொருட்களுடன் உள்ளே சென்ற அகஸ்தியர், பக்தர்களின் கூட்டத்தை வெளியில் நிறுத்திவிட்டு, தான் மட்டும் சன்னதிக்குள் நுழைந்து கதவைத் தாழிட்டுக்கொண்டார். யோகநெறியின் மூலம் நினைத்தும் செய்கையாலும் அந்த விஷ்ணு மூர்த்தியை லிங்க வடிவமாக மாற்றினார். சந்தனக் குழம்பையும் தூய வெண்ணீற்றையும் பூசினார். ருத்திராட்ச மாலையை அணிவித்தார்.

சங்கம் ஏந்திய கைகள் மானை ஏந்தவும், துளசி அணிந்த திருமுடி கொன்றை மாலை அணியவும், பொட்டணியும் நெற்றியில் கண் உண்டாகவும், இடுப்பில் தங்க அரைஞாண் இருந்த இடத்தில் அரவம் தவழவும், நெடுதுயர்ந்த திருமாலின் மூர்த்தி குறு குறு என்று குறுகி லிங்க வடிவமானது.

அகஸ்தியர் சிவனுக்கு வேண்டிய பூஜைகளை விரிவாகப் புரிந்துவிட்டு, கதவைத் திறந்து வெளியில் வந்தார். வெளியில் இருந்த வைணவப் பட்டர்களுக்கெல்லாம் ஒரே அதிர்ச்சி. சற்று முன்னர் வரை விஷ்ணு மூர்த்தியாக விளங்கிய கடவுள் இப்போது சிவலிங்க வடிவில் இருப்பதைக் கண்டு அதிர்ச்சியுற்றனர். அதற்குக் காரணம் அந்தக் குறுமுனி என்று அறிந்து அவர் மீது ஆவேசம் கொண்டு தாக்க வந்தனர். அகஸ்தியர் ஒரு தருப்பைப் புல்லை அவர்கள் மீது எறிந்து, அவர்களது செயலைத் தடுத்தார். அகஸ்தியரின் தவவலிமையை உணர்ந்த வைணவப் பட்டர்கள், அவரிடம் அபயம் கேட்டு நின்றனர். அகஸ்தியர் சாந்தி மந்திரத்தின் மூலம், அந்தத் தருப்பைப் புல் அவர்களைத் தாக்காமல் தடுத்தார். கோவிலின் உட்பிரகார வீதியில், நிருதி மூலையில், திருமாலை ஸ்தாபித்து வழிபட்டு வருமாறு கூறி, அங்குள்ள சிவனடியார்களுக்கும், சிவாச்சாரியார்களுக்கும் ஆகம முறைகளை விளக்கி, சிவபூஜைக்கு ஏற்பாடு செய்துவிட்டு அங்கிருந்து கிளம்பினார். அகஸ்தியர் பிறகு திருக்குற்றாலத்தில் தங்கி, ஐந்நூறு வேள்விகளை விரிவாகப் புரியத் தொடங்கினார்.

வாசுகி என்ற பெரும்பாம்பிற்கு இறைவனின் திருநடனத்தைக் காண வேண்டும் என்ற ஆசை எழவே அவன் நேரே கயிலாயம் சென்று தனது விருப்பத்தை ஈசனிடம் விண்ணப்பிக்க, பல ஆண்டுகள் திருக்குற்றால மலையில் அவன் தவம் புரிந்து வந்தால்தான் அவனுக்குத் தனது திருநடனத்தைக் காட்டுவதாக எம்பெருமான் கூறி அவனைத் திருக்குற்றாலத்திற்கு அனுப்பிவைக்கிறார். வாசுகி, அந்தத் திருக்குற்றாலத்தில் அகஸ்தியரிடம் பணிந்து, தவம் மேற்கொண்டு இறைவனின் சித்திர நடனத்தைக் கண்டதாகக் குற்றாலப் புராணம் கூறுகிறது.

**ஸ்ரீ தாமிரபரணி மகாத்மியம் என்ற நூலில் அகஸ்தியர்**

பெரும்பாலும் நெல்லை மாவட்டத் தல புராணங்களில் எல்லாம் அகஸ்தியரைப் பற்றிய விரிவான செய்திகள் இல்லாமல் இருப்பதில்லை. அந்த வகையில் 'ஸ்ரீ தாமிரபரணி மகாத்மியம்' என்ற நூலிலும், அகஸ்தியர் நெல்லையில் எந்தெந்த இடங்களுக்குச் சென்றார் என்பதற்கான குறிப்புகள் உள்ளன.

அறுபத்து மூன்று அத்தியாயங்களை உடைய ஸ்ரீ தாமிரபரணி மகாத்மியம் என்ற இந்த நூலில் அகஸ்தியர் பெரும்பாலான அத்தியாயங்களைப் பிடித்துக்கொள்வதில் ஆச்சரியம் ஏதுமில்லை. இந்த நூலும் இறைவனின் திருமண நிகழ்வுடனே ஆரம்பமாகிறது. இது தாமிரபரணியைப் பற்றிய புராணம் என்பதால் திருமணத்தின் காரணமாகத் தென்திசை உயர்ந்து வடதிசை தாழ, சிவபெருமான், அகஸ்தியர் லோபாமுத்திரை தம்பதிகளுடன் தாமிரபரணி என்ற கன்னிகையையும் அனுப்பிவைத்ததாகக் கூறுகிறது. மணிமேகலையில், காவிரியைச் சீரமைக்கும் பணியில் அமர்த்தப்பட்டவராக நான் கருதியது, இவர் தாமிரபரணியையும் சீர்படுத்த அனுப்பப்பட்டிருக்கிறார் என்று இப்புராண நூல் கூறுவதால் மேலும் ஊர்ஜிதமாகிறது.

அகஸ்தியரின் பயணம் இந்த நூலின்படி, தாமிரபரணி, லோபாமுத்திரை ஆகிய இருவருடன் கயிலாயத்திலிருந்து கிளம்பியது. சாராவதி நதியைத் தாண்டுகிறார், நரநாராயணர் ஆலயத்தை வணங்குகிறார். கேதாரம், ஹரித்துவாரம் வழியாகக் கீழ்ப் பகுதியில் உள்ள பிரம்மாவரத்தை அடைகிறார். பின்னர் அயோத்தி, குருக்ஷேத்திரம் வழியாகச் சரயு நதியைத் தாண்டி உஜ்ஜயினி நகரத்தை அடைகின்றார். கோகர்ணம் சென்று பின்னர் ஸ்ரீசைலத்தில் உள்ள சுவாமியை வணங்குகிறார். கிருஷ்ணா நதி, கோதாவரி, துங்கபத்திரை ஆகிய நதிகளைக் கடந்து கோலாப்பூரில் மகாலக்ஷ்மியைத் தொழுது, திருப்பதியில்

பெருமாளை வணங்கிவிட்டு காஞ்சி நகரை அடைந்து, கம்பா நதியைக் கடந்து, சிதம்பரத்தில் நடராஜரை வணங்கிவிட்டு, மதுரையம்பதியை அடைகிறார். அங்கிருந்து கிளம்பித் தேர்முகமாக வரும்போது, மலயமலையை அடைந்தார். மலயராஜனிடம் அகஸ்தியர், தாமிரபரணியை மகளாகத் தத்துக்கொடுத்தார்.

திருக்குற்றாலத்தில் விஷ்ணு மூர்த்தியைச் சிவலிங்கமாக அகஸ்தியர் மாற்றினார் என்று மட்டும் கூறுகிறது திருக்குற்றாலத் தலபுராணம். ஆனால் இந்த நூலில் அதற்கான அடிப்படைக் காரணக் கதை ஒன்றும் கூறப்பட்டுள்ளது. பிருகஸ்பதி வம்சத்தில் பிறந்த சுருசி என்ற பெயர்கொண்ட பிராமணன் ஒருவன் ரோசிஷ்மான் என்ற பெயருடைய சகோதரனுடன் ஒன்றுசேர்ந்து ஒரு புதிய மதத்தை ஸ்தாபிக்கிறான். மகாவிஷ்ணுவையே அந்த மதத்தின் கடவுளாக நிறுவுகிறான். அந்தத் தேசத்திலிருந்த பலரும் தங்களது பூர்வ மதத்தை விட்டு, அவன் நிறுவிய புது மதத்தில் சேர்வதைக் கண்டு மனம் நொந்த அரசன் கயிலாயம் சென்று சிவபெருமானிடம் முறையிட, அவர் அகஸ்தியர் திருக்குற்றாலம் வரும்போது அனைத்தும் நேராகும் என்று கூறி அனுப்பிவைப்பதாக இந்தத் தாமிரபரணி மகாத்மியம் என்ற நூல் கூறுகிறது.

திரிகூடம் என்று குற்றாலத்திற்குப் பெயர் ஏற்பட்டதன் காரணத்தையும் கூறுகிறது. பிரளய காலத்தில் மூழ்காமலிருந்த இந்த நிலப்பகுதியிலிருந்து மீண்டும் சிருஷ்டியை உண்டாக்க நினைத்த ஆதிசக்தி, சூக்ஷ்மரூபிணியாகத் தோன்றி, சிருஷ்டிக்குப் பிரம்மனையும், ஸ்திதியை நடத்த விஷ்ணுவையும், சம்ஹிருதியை நடத்த ருத்திரனையும் படைத்ததால், அந்த இடத்திற்குத் திரிகூடம் என்ற பெயர் வந்ததாகத் தாமிரபரணி மகாத்மியம் விளக்குகிறது.

வருணனின் புதல்வனான வச்சிராங்கதன் என்பவனின் சாபத்திற்கு, தாமிரபரணி மூலம் அகஸ்தியர் தீர்ப்பளிக்கிறார். மலயராஜன் ஒரு சிவலிங்கத்தை ஸ்தாபித்துப் பூஜித்துவர, அந்த இடம் சிவசைலம் என்று பெயர் பெற்றது. அந்த இடத்தில் அத்ரி முனிவர் தவம் செய்யும்போது, அகஸ்தியர் அங்கு வருகிறார். அகஸ்தியரை அத்ரி குறிப்பிடும்போது, கங்கையைப் பூமிக்குக் கொண்டுவந்த பகீரதனைப் போலத் தாமிரபரணியைப் பூமிக்குக் கொண்டுவந்த முனிவரே என்று வணங்குகிறார். ஒருசில செயற்திட்டங்களுக்காக வடக்கிலிருந்து அகஸ்தியர் அனுப்பி வைக்கப்பட்டவர் என்ற வாதம் இங்கே மீண்டும் உறுதியாகிறது.

அத்ரி முனிவர் மலயமலையின் அடிவாரத்திலிருந்து தாமிரபரணியைப் பூஜிக்க, அவள் தனது மிகுதியான

நீரை வெளிப்படுத்தி, கடனை என்ற சிற்றாறாக அங்கே உருவெடுக்கிறாள். கடனா நதி என்று அழைக்கப்படுகிறாள்.

இந்த மகாத்மிய நூலில், தாமிரபரணியின் பாதையைக் கூறும் இடந்தோறும், அகஸ்தியரும் உடன் பயணிப்பது உற்று நோக்கத்தக்கது. அகஸ்தியர் தாமிரபரணியை அங்கிருந்து அழைத்துக்கொண்டு ஆகாய மார்க்கமாகச் சென்று மலயமலையின் அடிவாரத்தில் உள்ள பாண தீர்த்தத்தின் வடமேற்குத் திசையில் இருக்கும் வியோமம் என்ற தீர்த்தத்தை (தடாகத்தை) அடைகிறார். சிவபெருமான் பார்வதியை மணம்புரிய அங்கே தனது வில்லான பினாகத்தை வைத்துக்கொண்டு தவம் புரிந்ததால் அந்த இடத்திற்கு பைநாகசரஸ் (கல்யாணத் தீர்த்தம்) என்று பெயர் உண்டானதாக இந்த நூல் குறிப்பிடுகிறது.

அங்கிருந்து கிளம்பிச் செல்லும்போது, வேறு ஓர் ஆசிரமத்தை அகஸ்தியர் அடைகிறார். விஷ்ணுவின் வடிவமான ஹயக்ரீவ முனிவரின் ஆசிரமம் அது. அந்த ஆசிரமத்தின் அருகில் ஒரு தடாகம் இருக்கிறது என்றும் அதனைக் காப்பதற்குப் பிரம்மனால் படைக்கப்பட்ட பிசங்கிளர் என்றும் அழைக்கப்படும் பொன்னிறமுடைய கபிலர்கள் காவலுக்கு இருந்தனர் என்றும் கூறுகிறது. இதுவும் நான் சொன்ன செயற்திட்டத்தின் ஒரு பகுதியாகக் கொள்ளலாம்.

அகஸ்தியரையும் அவரோடு வந்த தாமிரபரணி மற்றும் ஏனைய முனிவர்களையும் நன்கு உபசரித்து ஆசனம் அளிக்கும் ஹயக்ரீவர் அவரிடம், "வாருங்கள் மைத்திராவருணியே! நதிகளில் சிறந்தவளான தாமிரபரணியை உங்களோடு அழைத்து வந்தமையால் நற்காரியம் புரிந்துள்ளீர்கள்" என்று கூறி வரவேற்றார் என்று ஸ்ரீ தாமிரபரணி மகாத்மியம் நூல் கூறுகிறது.

அகஸ்தியரைத் தேடி தேவசிற்பியான விஸ்வகர்மா அங்கே வருகிறார். ஒரு செயற்திட்டத்தின் தலைவர் அகஸ்தியர் என்றால் அவரின்கீழ் உள்ள தொழில்நுட்ப வல்லுனர்களில் விஸ்வகர்மா ஒருவர் என்றாகிறது அல்லவா? இந்த நூலில் விஸ்வகர்மா கூறுவதைப் பார்ப்போம்.

"அகஸ்திய முனிவரே! உங்களிடம் மகாதேவரின் சாசனத்தைக் கூறுகிறேன். வைகாசி மாதம் பௌர்ணமி திதியன்று இந்தத் தாமிரபரணியானவள் தீர்த்த ரூபம்கொண்டு சமுத்திரராஜனுடன் கலக்கவேண்டும். அந்தச் சமயத்தில் நாமும் உங்கள் உதவிக்காக அங்கே எழுந்தருளுவோம்."

மேலும் விஸ்வகர்மா அகஸ்தியருக்கு மிக அற்புதமான ஆசிரமம் ஒன்றைக் கட்டித் தருகிறான். அங்கிருந்து தாமிரபரணியுடன் கிளம்பும் அகஸ்திய முனிவரின் பயணம் இந்த இடத்தில் விரிவாகக் கூறப்பட்டுள்ளது.

திரிகூடத்தில் சித்ரா நதியை உற்பத்தி செய்து, பின்னர் சிவசைலம் வந்து கடனா நதியை உற்பத்தி பண்ணி, ஹயக்ரீவ முனிவரின் ஆசிரமத்திற்கு வந்து பிசங்கிளை என்ற தடாகத்தில் நீராடி பதினொரு நாட்கள் அங்கே வாசம் செய்து, பிறகு அங்கிருந்து தாமிரபரணியை அழைத்துக்கொண்டு புறப்பட்டார். இரண்டு தடாகங்கள் வாயிற்புரத்தில் அமையப்பட்ட ஒரு குகையினுள் அகஸ்தியர் தாமிரபரணியுடன் பிரவேசிக்கிறார்.

அந்தக் குகையினுள் பலவித மரங்களும், நல்ல தடாகம் ஒன்றும் இருப்பதை அகஸ்தியர் காண்கிறார். அங்கிருந்து கிளம்பிச் செல்லும்போது வழிநெடுகிலும் பல தடாகங்களைக் காண்கிறார். இறுதியாக ஸ்ரீபுரம் என்ற இடத்தை அடைகிறார். ஸ்ரீபுரத்தில் எழுந்தருளியுள்ள பராசக்தி, அகஸ்தியர் லோபாமுத்திரையின் பூஜைகளால் மனம் ஆனந்தமயமாகி அவர்களை நோக்கி, "தாங்கள் கொண்டு வந்த தாமிரபரணியும், தாங்கள் செய்த இந்தத் துதியும் உலகம் முழுவதற்கும் நன்மை அளிக்க வல்லது" என்று பாராட்டுகிறாள்.

மீண்டும் அகஸ்தியரையும் அவருக்கு அளிக்கப்பட்ட செயற்திட்டத்தையும் நினைவுகூர்வோம். அங்கேயே அகஸ்தியரையும் லோபாமுத்திரையையும் வசிக்க உத்தரவிடும் பராசக்தி, அந்த இடத்தை மையமாகக் கொண்டு ஒன்பது யோசனை தூரம் சித்த பூமியாக இருக்கும் என்று கூறுகிறாள்.

தாமிரபரணி அகஸ்தியரைப் பின்தொடர்வதை இந்த நூல் மிக விரிவாகக் கூறுகிறது.

உலகத்துக்கெல்லாம் தாயாக விளங்கக் கூடிய பராசக்தி தாமிரபரணியைப் பார்த்து "ம்ம். நீ பிரவேசிக்கலாம்" என்றாள்.

பெருமுழக்கத்துடன் வெள்ளமெனப் பெருகிய தாமிரபரணி, பிரவாகமாக ஓடத் தொடங்கினாள். அகஸ்திய முனிவரும் லோபாமுத்திரை, அத்ரி தம்பதிகளுடன் ஒரு பொன்னாலான ஆகாய விமானத்தில் கிழக்கு திசை நோக்கி நதியுடன் கூடவே வான்வழியாகத் தொடர்ந்தார். தாமிரபரணி விருஷாங்க நகரம் என்ற நகரத்தின் தெற்கிலிருந்த இழை, ஊர்ஜஸ் என்ற இரண்டு ஏரிகளை நீரால் நிரப்பி, அகஸ்தியாசிரமத்துக்கு வடதிசையாகப்

பிரிந்து, குப்திசிருங்கம் என்ற நகரின் மத்தியில் விலகி, தென்திசை நோக்கிப் புறப்பட்டு சக்ரசிலைக்கு வந்து, வடதிசை நோக்கிப் புறப்பட்டாள். 250 அடி அகலமும் 20 அடி ஆழமும் கொண்டு ஓடிக் கொண்டிருந்தாள். பாணதீர்த்தத்தில் இறங்கி அங்கிருந்து கிளம்பிச் சென்றாள்.

பிறகு தாமிரபரணி, அங்கிருந்து கிழக்கு வடக்காகக் கிளம்பிய அகஸ்தியரின் விமானத்தைத் தொடர்ந்து சென்றாள். சில இடங்களில் பாறைகளின் ஊடே சென்றும் சிறிய குன்றுகளில் இருந்து வீழ்ந்தும் நடனமாடியபடியும் சென்றாள். இந்நதி ஹயக்ரீவ முனிவரின் ஆசிரமத்திற்கு மேற்குபக்கம் இருந்த பிசங்கிளை என்ற தடாகத்தை நிரப்பிச் சென்றது. ருத்ரடாவி, பிரமசய்யை, இராமகிரீடம் குமாரக்ஷேத்திரத்திற்கு மேற்குமுகமாக உள்ள முத்துசிலை ஆகியவற்றைக் கடந்து சோதிர்மனி என்ற மலையின் மீதிருந்து தரைக்கு வந்து கல்யாண தீர்த்தத்தில் விழுந்தது. அங்கிருந்து கிளம்பி ககனத் தீர்த்தத்தில் நீர் நிரப்பிவிட்டு, சந்தனமாலை அடிவாரத்தில் கிழக்கு நோக்கியும், பின்னர் வடக்கில் திரும்பி மலயமலையின் காட்டுப் பகுதிகளைக் கடந்தும், அகஸ்திய முனிவரின் விமானத்தைப் பின்தொடர்ந்து சமுத்திரக் கரையை எட்டினாள். அங்கே காதம்பரீ வனத்தில் சமுத்திரராஜனோடு கூடினாள்.

தாமிரபரணி சமுத்திரராஜனுடன் கூடிய பின்னர் அகஸ்திய முனிவர் அங்கிருந்து கிளம்பி, ஆற்றூரில் ஆவிர்பவித்திருந்த மகாவிஷ்ணுவையும் சிவபெருமானையும் வணங்கிவிட்டு, தாமிரபரணியின் வடகரையில் உள்ள பெருங்குளத்தில் குடிகொண்டிருந்த மாயக்கூத்தனையும், வகுளவனத்தில் குடிகொண்டிருந்த ஆதிநாதனையும் வணங்கிவிட்டு, திருவைகுண்டத்தில் உள்ள பெருமாளையும், அருகில் இருந்த நாணற்காட்டில் சூரியபகவானையும் தொழுது, மருதூரில் மரகதவல்லி அம்மனை வணங்கியபின் அங்கே ஓரிரவு தங்கிவிட்டு, மறுநாள் பிரமவர்த்தபுரம் என்று அழைக்கப்படும் திருநெல்வேலியை அடைந்தார்.

வேணுவனத்தில் சிவபெருமான் அம்பாளுடன் திருமணக் கோலத்தில் அகஸ்தியருக்குக் காட்சி தர, அகஸ்தியர் மனம் உருகி சிவபெருமானைத் துதிசெய்து போற்றுகிறார். “நான்தான் நீ; நீதான் நான்” என்ற சைவத் தத்துவத்தை இறைவன் அகஸ்தியருக்கு உபதேசிக்கிறார். பிறகு அகஸ்தியர் மேற்கொள்ளவேண்டிய மேலும் சில செயற்திட்டங்களுக்கு ஆணையிடுகிறார்.

திருநெல்வேலியிலிருந்து மேற்குத்திசையில் ஒரு யோசனை தூரத்தில் கௌதம முனிவரின் சௌண்டீரகம் என்ற ஆசிரமம் இருப்பதாகவும் அங்குச் சென்று லிங்க வழிபாடு செய்யுமாறும் இறைவன் பணித்தார். அங்கிருந்து மேலும் சிறிது தூரம் சென்றால் பிருங்கி முனிவரின் ஆசிரமம் நெல்லிக்காட்டிற்குள் (ஊர்க்காட்டு) இருக்கும் என்றும் அங்கும் சென்று குண்டம் என்ற பெயருடைய அரக்கியைக் கொன்று ஒரு சிவலிங்கப் பிரதிஷ்டை செய்து வழிபடுமாறும் கூறினார். இறுதியாக குப்திசிருங்கம் (அகஸ்தியர்கூடம்) சென்று ஆசிரமம் அமைத்து சிவபூஜை செய்து வருமாறு கூறினார். லோபாமுத்திரையிடம், தனது கணவருக்கு வேண்டிய பணிவிடைகளைச் செய்துவருமாறு அருளாசி வழங்கினார். மேலும் ஒவ்வொரு சித்திரை வருடப்பிறப்பு, சித்ரா பௌர்ணமி நாள்களிலும் லோபாமுத்திரை வேணுவனத்தில் உள்ள காந்திமதி அம்மனைப் பூஜை செய்வதற்கு வரவேண்டும் என்றும் கூறினார்.

அவ்வாறே அகஸ்திய முனிவர் கௌதமரின் சௌண்டீரகம் என்ற ஆசிரமத்தை அடைந்து, அவருடைய புதல்வன் சதானந்தனின் சாபத்தை நீக்கி, கௌதமருடன் சிலநாட்கள் தங்கியிருந்தார்.

அகஸ்தியரின் பயணம் தொடர்கிறது. கடனா நதி தாமிரபரணியுடன் கலக்கும் சங்கமம், பல்வேறு தீர்த்தங்கள் வழியாகத் தாத்திரி வனம் நோக்கி யாத்திரையைத் தொடர்ந்தார். அந்த வனம் அரக்கர்களுக்கும் ராட்சசர்களுக்கும், அச்சத்திற்கும் மாயைக்கும் இருப்பிடமாகத் திகழ்ந்தது. கோரமான பற்கள், கூர்மையான கொம்புகள், கீறும் நகங்களுடன் பன்றி முகத்துடன் கூடிய அரக்கி ஒருத்தி அந்த வனத்தில் இருப்பவர்களைத் துன்புறுத்தி வந்தாள். அகஸ்தியரின் வருகையைக் கண்டதும் அங்கிருந்த அனைத்து ஜீவராசிகளும் அவரிடம் அபயம் என்று ஓடிவந்தன. அகஸ்தியர் எழுப்பிய ஹுங்கார மூச்சிலிருந்து ஒரு பூத மனிதன் தோன்றி, அந்த அரக்கியுடன் போரிட்டு அவளைக் கொல்கிறான். அந்த பூத மனிதனை 'மாடன்' என்று தாமிரபரணி மகாத்மியம் நூல் கூறுகிறது.

அந்த வனத்தைச் சீர்படுத்தி அகஸ்தியர் மணலால் லிங்கம் ஒன்றைப் பிரதிஷ்டை செய்ய முயல்கிறார். ஆனால் எத்தனை முறை முயன்றும் மணலில் லிங்கத்தை உருவாக்க முடியவில்லை. பாணலிங்கத்தை மார்போடு தழுவியபடி, "சம்புவே! என்னிடத்தில் நீங்கள் கோட்டி (பிடிவாதம்) செய்வதன் காரணம் என்ன?" என்று கேட்கவே, மனமிரங்கும் ஈஸ்வரன்

பாணலிங்கத்தில் ஆவிர்பவிக்கிறார். அன்றிலிருந்து அந்த லிங்கம் 'கோட்டீஸ்வரர்' என்று வணங்கப்பட்டது.

அங்கிருந்து கிளம்பிய அகஸ்தியர், ஹயக்ரீவர் முதலிய முனிவர்களும், சித்தர்கள், வருணர்களும் சூழ விமானத்தில் மலயபர்வதம் நோக்கித் தனது பயணத்தைத் தொடர்ந்தார். வழியில் பூர்ணா நதியும், குமுத்துவ நதியும் கூடும் இடத்திலிருந்த தீர்த்தத்தில் நீராடினார். இந்த இடத்தில் அகஸ்தியரின் மொத்தச் செயற்திட்டமும் ஓர் நிறைவுக்கு வந்ததால் இந்திரன் அங்கே தோன்றி ஒரு பாராட்டுரை வழங்குவதாக இந்த நூல் கூறுகிறது.

"அகஸ்தியரே! உம்மால் இந்த உலகத்திற்கு நன்மை ஏற்படுவதற்கான வழிகள் தோன்றியுள்ளன. சத்தியம், தவம், ஆசாரம், சமநிலை, பணிவு, நன்மை செய்தல் போன்றவை இந்தத் தென்திசையில் அதிகரித்துள்ளன. எனவே உம்மை விட இந்த உலகத்தோருக்கு இத்தனை நன்மைகள் செய்தவர் இருந்ததில்லை" என்று பாராட்டுப் பத்திரம் வழங்கி அவரை வணங்கிவிட்டு இந்திரன் மேலோகம் சென்றான்.

அகஸ்தியர் வழிநெடுகிலும் தன்னுடன் வந்த முனிவர்களைக் கொண்டு பல லிங்கங்களைப் பிரதிஷ்டை செய்தபடி செல்கிறார். மற்ற முனிவர்கள், தேவர்கள் முதலானோர் அவரவர் இருப்பிடங்களுக்குத் திரும்பியவுடன், அகஸ்தியர் தனது ஆசிரமம் இருக்கும் அகஸ்தியக் கூடத்திற்கு வரும் முன்னர் அவர் சென்ற இடங்களின் பட்டியலை இந்த நூல் வெளியிடுகின்றது.

காதம்பரி வனம், சோமாரணியம் (ஆற்றூர்), ராமாபுரம் (ஆழ்வார்திருநகரி), ஸ்ரீவைகுண்டம், சராடவி (நாணற்காடு), சீவலப்பேரி, வேணுவனம், வியாசாஸ்ரமம் (சேரன்மாதேவி), திருப்புடைமருதூர், இந்திரகீலம் (பாபவிநாசம்), ஹயக்ரீவர் ஆசிரமம் ஆகியவற்றில் தங்கிவிட்டு ஆனிமாதம் சுக்கிலபக்ஷம்(வளர்பிறை) துவாதசி திதி, ஞாயிற்றுக்கிழமை, சந்திரன் விசாகத்தோடு சேர்ந்திருக்கும்போது, துலா லக்னத்தில் தனது ஆசிரமத்திற்குள் பிரவேசித்தார். அங்கிருந்தபடி தியானத்தில் ஆழும் அகஸ்தியரின் நெடிய பயணம் உலக நன்மைகளை மனதில் கொண்டு தொடங்கப்பட்டு, அந்த நோக்கம் முற்றிலும் நிறைவேறியதும் ஒரு முடிவுக்கு வந்தது.

# பகுதி இரண்டு

# அகஸ்தியரும் பழந்தமிழ் நூல்களும்

அகஸ்தியர் குறித்து விரிவாக ஓர் ஆராய்ச்சி அளவிற்கு வெளிவந்த நூல்களில் குறிப்பிட்டுச் சொல்லும்படியான நூல் மறைந்த வரலாற்று ஆய்வாளர் திரு.கே.என்.சிவராஜபிள்ளை எழுதிய 'தமிழகத்தில் அகத்தியர்' (Agastya in the Tamil land) என்ற நூலாகும். இவர் மட்டுமில்லை, கால்டுவெல் வழியைப் பின்பற்றும் அனைத்துத் தமிழ் அறிஞர்களும், அகஸ்தியரை ஆரியப் படையெடுப்பின் ஒரு பகுதியாகவே பார்க்கின்றனர். ஆரியப் படையெடுப்பே கேள்விக்குறியாகிவிட்ட இப்போதைய ஆராய்ச்சி முடிவுகள், அதனைப் பின்பற்றி ஆய்வுசெய்யும் நூல்களை எவ்வாறு ஏற்றுக்கொள்ளும்? அதே போல, தொல்காப்பியரின் ஆசிரியர் அகஸ்தியர் என்றும், அகஸ்தியர் ஆறுமுகக் கடவுளிடம் தமிழ் இலக்கணம் பயின்றவரென்றும் தமிழில் நிலவிவரும் செவிவழிக் கதைகளுக்குப் போதிய ஆதாரங்கள் இன்மையால் அவற்றை ஏற்றுக்கொள்ளமுடியாத நிலையில் உள்ளோம். இருப்பினும் பழந்தமிழ் நூல்களில் அகஸ்தியர் குறித்துக் கூறப்படும் செய்திகளைத் தொகுத்துக் கொடுப்பதன் மூலம் அகஸ்தியர் குறித்த ஒரு முழுப் புரிதல் கிடைக்க வாய்ப்புண்டு.

தமிழை ஆராயும் வல்லுநர்கள் அனைவருமே, ஆரியர்கள் தமிழர்கள் என்ற பிரிவினை வாதத்தை முன்வைத்தே தங்களது நூல்களில் குறிப்பிடுவதை முக்கிய நோக்கமாகக் கொண்டுள்ளனர் என்றால்

மிகையில்லை. நடுநிலையில் விளக்கம்கூற முன்வருபவர்கள் கூட, இவர்கள் முன்வைக்கும் ஆரியத் திராவிட வாதத்தின் வழி தங்கள் விளக்கங்களை அளிக்க முன்வராவிட்டால் அவர்கள் ஒதுக்கப்பட்ட பண்டிதர்கள் ஆகிவிடுவதால், அவர்களும் இந்த மாயவலைக்குள் சிக்கிக்கொண்டு விடுகின்றனர்.

பரிபாடலுக்கு எளிய உரை எழுதும் புலியூர்க் கேசிகன் என்ற அறிஞர் தனது நூலின் முன்னுரையில்

> 'பிற சங்க நூல்களைப் போல் அல்லாமல் வடமொழிப் புராணக் கதைகள், வடபுலத்து வழிபாட்டு மரபுகள் முதலியவற்றையும் மிகுதியாகக் கொண்டுள்ளன. ...இடைச்சங்கக் காலத்துக்கு முன்பாகவே அவர்கள் சிறுகச் சிறுகத் தமிழகத்தில் வந்து பரவத் தொடங்கினர்...'

என்று குறிப்பிடுகிறார்.

> '...இக்காலத் தமிழ் அறிஞருட் பலர், தமிழாராய்ச்சி நூல்களுள் எங்கணும் ஆங்கில நூலாசிரியர்கள் கருத்துக்களையே மிகுதியாகப் பெய்து செல்லும் மனநிலையை இங்கே கருதினால், இவ்வாறு தாம் கற்ற பிறமொழி நூற்கருத்துகளைத் தம்மொழிக் நூற்கண்புகுத்துதல் என்பது, படித்தாரிடைப் பரவலாக இருந்துவந்த, வரும், ஒரு மனநோய்...'

என்கிறார்.

இந்த வாதத்திற்கு எதிராக வாதம் வைக்கும்போது பாரதியாரின் வரிகளை நினைவுகூர்ந்தால் போதுமானது.

> சென்றிடுவீர் எட்டுத் திக்கும் – கலைச்
> செல்வங்கள் யாவுங் கொணர்ந்திங்கு சேர்ப்பீர்!

இந்த வரிகளைப் பாடுவதற்கு முன்னர் பாரதியார் இவ்வாறு குறிப்பிட்டுவிட்டு, பின்னரே மேற்கொண்ட வரிகளைக் குறிப்பிடுகிறார்.

> 'புத்தம் புதிய கலைகள் – பஞ்ச
> பூதச் செயல்களின் நுட்பங்கள் கூறும்;
> மெத்த வளருது மேற்கே – அந்த
> மேன்மைக் கலைகள் தமிழினில் இல்லை.
>
> சொல்லவும் கூடுவ தில்லை – அவை
> சொல்லுந் திறமை தமிழ்மொழிக் கில்லை

மெல்லத் தமிழினிச் சாகும் – அந்த
மேற்கு மொழிகள் புவியிசை யோங்கும்’

என்று சொல்வதைக் கூறிய பின்னரே பாரதியார், சென்றுடுவீர் எட்டுத் திக்கும் என்று முழங்குகிறார். இதில் நுட்பமாகக் கவனித்தால் ஒரு ரகசியச் செய்தியை பாரதியார் வைத்துவிட்டுப் போயிருக்கிறார்.

ஏனையோர் தமிழர்களைப் பார்த்து, ‘மேலை நாடுகளில் பல்வேறு விஷயங்களைக் கூறுவது போல உங்கள் மொழியில் கூறும் திறன் உங்களுக்கு இல்லை’ என்று கூறும்போது, ‘இதோ பார், எங்களிடம் நீங்கள் கூறுபவை உள்ளன’ என்பதுதானே பதிலாக இருக்க முடியும்? ஆனால் பாரதியாரோ “சென்றிடுவீர் எட்டுத்திக்கும்” என்று கூறி, தமிழ் மொழியை ஒரு மொழிபெயர்க்கும் மொழியாக மாற்றிவிடுகிறார். சொல்லப் போனால் அவர் கூறியதில் தவறேதும் இல்லை என்பதைத்தான் புலியூர்க் கேசிகனின் தமிழ்ச் சார்புவாதம் சொல்கிறது. இதுவே தற்காலத் திராவிடம் ஆரியம் பிரித்தாளும் அறிஞர்கள் வாதங்களுக்கு நான் அளிக்கும் பதிலாகும். இதனை மனத்தில் நிறுத்தியவாறே நாம் தமிழ் நூல்களில் அகஸ்தியர் குறித்து அறிவோம்.

### பழந்தமிழ் நூல்களில் அகஸ்தியர்

கடைச் சங்க நூல்களில் எட்டுத் தொகையில் ஒன்றான பரிபாடலில்தான் முதன்முதலில் அகஸ்தியர் தோன்றுகிறார்.

பரிபாடலானது, திருமால், முருகவேள், வைகை, மதுரை ஆகிய நான்கின் பெருமைகளைக் கூறும் நூல். திருமாலுக்கு 24, முருகவேளுக்கு 31, வைகைக்கு 16, மதுரை மாநகருக்கு 4 என்பது பழந்தமிழ்ப் பாடல் ஒன்றிலிருந்து தெரிய வந்தாலும் கிடைத்த ஏடுகளைக் கொண்டு தொகுக்கப்பட்டவை மொத்தம் 24 பாடல்கள் மட்டுமே.

பரிபாடலில் நல்லந்துவனார் என்ற புலவர் பெருமான், அகஸ்தியர் குறித்துத் தனது பாடலில் இவ்வாறு குறிப்பிடுகிறார்.

‘...பொதியின் முனிவர் புரைவரை கீறி
மிதுனம் அடைய விரிகதிர் வேனில்
எதிர்வரவு மாறி இயைகென இவ்வாற்றான்
புரைகெழு வையம் பொழிமழை தாழ...’

இவை பரிபாடல், பதினோராம் பாடலில் இடம்பெற்ற, நல்லந்துவனார் என்ற புலவர் பாடிய வரிகள். வானில்

குறிப்பிட்ட நாளில் கோள்களும், விண்மீன்களும் எந்தெந்த இடங்களில் அமையப்பெற்றுள்ளன என்பதனை விளக்கமாகக் கூறி, இதனால் வைகை நதியில் நீர்வரத்து பெருகியது என்பதைக் கூறும்போது அகஸ்தியரை ஒரு விண்மீனாகக் கூறுவதாக வருகிறது. இக்காலத்தில் ஒரு தெருவிற்கு மறைந்த மனிதரின் பெயரை வைப்ப தாக இருந்தால், அந்த நபர் தனது பகுதிக்குப் பல்வேறு சிறப்புகளைச் செய்த நபராக இருந்தால்தான் சாத்தியம். அவ்வாறு இருக்கும்போது அகஸ்தியரின் பெயரை ஒரு விண்மீனுக்கு வைப்பதாக இருந்தால் அவர் தமிழகத்தில் எத்தனை விதமான செயற்திட்டங்களை மேற்கொண்டவராக இருந்திருக்க வேண்டும் என்ற கேள்வி அனைவருக்கும் வராமல் போகாது.

திருமூலரின் திருமந்திரத்தில் அகஸ்தியர் குறித்து, சிவபெருமான் திருமணத் தொடர்புடைய நிகழ்வின் பின்னணியில் இரண்டு பாடல்கள் வருகின்றன.

'நடுவுநில் லாதிவ் வுலகஞ் சரிந்து
கெடுகின்ற தெம்பெரு மானென்ன ஈசன்
நடுவுள அங்கி யகத்திய நீபோய்
முடுகிய வையத்து முன்னிரென் றானே.'

அக்னிக்கு ஒளியாகி விளங்கும் ஈசனிடம் தேவர்கள், இந்த உலகமானது நடுநிலையின்றி வடபால் தாழ்ந்து தென்பால் உயர்ந்தது என்று முறையிட, ஈசன் அகஸ்தியரை நோக்கி, "அகஸ்தியரே! நீர் போய் உயர்ந்து நிற்கும் தெற்குப் பகுதிக்குச் சென்று உலகைச் சமன்படுத்துவீர்" என்று கூறினார்.

'நடுவுள அங்கி அகத்திய' என்ற வரிக்கு, பல்வேறு விதமான விளக்கங்களும் விரிவுரைகளும் பல அறிஞர்களால் கொடுக்கப்பட்டுள்ளன.

தமிழ் அறிஞர்கள் இதுபோன்று விளக்கங்கள் கொடுக்கும்போது, தமிழின் மாண்பு கெடாமல் இருத்தல் பொருட்டு, மிகத் தெளிவாகக் கூறப்படும் கருத்துகளைக் கூட சுற்றிவளைத்து, அவர்கள் எண்ணங்களில் உள்ள அல்லது அவர்கள் நிறுவ நினைக்கும் கருத்துகளை மட்டுமே கூறுகின்றனர்.

மேலெழுந்தவாரியாக இதனைப் படிக்கும்போது தோன்றும் அர்த்தம் ஒன்றாகவும் ஆழ்ந்த தத்துவார்த்தப் பொருள் என்று அணுகும்போது வேறு ஒரு பொருளும் தரவல்லதாக இந்தப் பாடல் விளங்குகிறது. இது திருமூலரின் அனைத்துப்

பாடல்களுக்கும் பொருந்தும். 'இந்த உலகத்தில் உள்ளோர், நடுவில் உள்ள சுழுமுனையுடன் பொருந்தி நிற்காமல் தடுமாறுகின்றனர். அவர்கள் தடுமாற்றத்தைப் போக்கி சமநிலை கொண்டு வரவேண்டும் என்றால் மூலாதாரத்தின் நடுவில் உள்ள நெருப்பான அகத்தீ மேலே எழும்பி ஜீவனின் பருஉடலின் தலைப்பகுதியில் முன்பக்கம் பொருந்துவாய். நிலையற்று ஓடும் ஜீவனை அதன் அழிவிற்கு முன்னரே சமநிலையை அறியச் செய்வாய்' என்பதாக ஒரு சூட்சுமப் பொருளையும் இதற்குத் தத்துவ அறிஞர்கள் அளிக்கின்றனர். படிமமோ அதன் உட்பொருளோ, அகஸ்தியரின் செயற்திட்டம் சமநிலைப்படுத்துவது என்றே நாம் எடுத்துக்கொள்வோம்.

### அகஸ்தியரும் தொல்காப்பியரும்

வரலாற்றியல் ஆய்வாளர்களுக்கு அடிப்படையாக இருப்பது தொல்காப்பியம். இதுவே முதல் தமிழ் இலக்கிய நூல்; இதுவே முதல் தமிழ் நூல் என்றாலும் மிகையில்லை. ஒவ்வொரு நூலுக்கும் சிறப்புப் பாயிரம் இருக்கும். நூல் அரங்கேற்றும்போதோ அல்லது பின்னரோ சிறப்புப் பாயிரம் இடம்பெறும். மெத்தப் படித்த அறிஞர்களால் வழங்கப்படும் அணிந்துரையே இப்போதைய நூல்களுக்குச் சிறப்புப் பாயிரமாகும்.

தொல்காப்பியம் நூலுக்குப் பனம்பாரனார் என்ற புலவர் எழுதிய சிறப்புப் பாயிரம் மிகவும் போற்றுதற்குரியது. இந்தச் சிறப்புப் பாயிர நூற்பாவுக்கு இளம்பூரணர் என்ற புலவர் விரிவுரை ஒன்று எழுதியுள்ளார். இவர் பொ.யு.11ம் நூற்றாண்டைச் சேர்ந்தவர்.

தொல்காப்பியர் இயற்றியதால் தொல்காப்பியமா, தொல்காப்பியம் இயற்றியதால் அவருக்குத் தொல்காப்பியர் என்பது சிறப்புப் பெயரா என்ற ஆராய்ச்சி இதுகாறும் நிறைவுபெறாத நிலையிலேயே உள்ளது. இதற்கு நடுவில் தமிழறிஞர் மு.இராகவையங்கார் 'தொல்காப்பியம் என்பது தத்திதாந்தம்' என்று ஒரு குண்டை வீசிவிட்டுப் போக, (இயம் என்று, நூலை இயற்றியவர் பெயருடன் சேர்த்துப் பெயர் வைக்கும் முறைக்குத் தத்திதாந்தம் என்று பெயர். இது வடமொழி மரபு என்பதோடு காலத்தால் மிகவும் பிற்பட்டது.) தொல்காப்பியரைப் பிற்பட்ட காலத்திற்குக் கொண்டுசெல்ல விரும்பாத தமிழ் அறிஞர்கள், இதனை அடியோடு மறுத்தனர். அவர்களுள் அ.கி.நாயுடு என்ற தமிழறிஞர் முக்கியமானவர்.

பனம்பாரனாரின் சிறப்புப் பாயிரத்தை மட்டும் வைத்துக்கொண்டு ஆராய்ந்து தமிழறிஞர் ஆ.சிவலிங்கனார்

எழுதியுள்ள தொல்காப்பியம் - சிறப்புப் பாயிரம் என்ற தனி நூல் ஒன்றினை உலகத் தமிழாராய்ச்சி நிறுவனம் வெளியிட்டுள்ளது. அதனைப் படித்து, சிறப்புப் பாயிரத்தை வாசகர்கள் அறிந்துகொள்வது நலம். அந்தச் சிறப்புப் பாயிரத்தில் இடம்பெற்றுள்ள இரண்டு மூன்று சொற்றொடர்கள் எவ்வாறு அகஸ்தியருடன் பொருந்துகின்றன என்பதை மட்டும் இங்கே பார்ப்போம்.

'வடவேங்கடம் தென்குமரி
ஆயிடைத்
தமிழ்கூறு நல்லுலகத்து
வழக்கும் செய்யுளும் ஆயிரு முதலின்
எழுத்தும் சொல்லும் பொருளும் நாடி
செந்தமிழ் இயற்கை சிவணிய நிலத்தொடு
முந்துநூல் கண்டு முறைப்பட எண்ணிப்
புலம் தொகுத் தோனே; போக்கறு பனுவல்,
நிலந்தரு திருவிற் பாண்டியன் அவையத்து
அறங்கரை நாவின் நான்மறை முற்றிய
அதங்கோட்டு ஆசாற்கு அரில்தபத் தெரிந்து
மயங்கா மரபின் எழுத்துமுறை காட்டி
மல்குநீர் வரைப்பின் ஐந்திரம் நிறைந்த
தொல்காப் பியன்எனத் தன்பெயர் தோற்றிப்
பல்புகழ் நிறுத்த படிமை யோனே.'

முந்துநூல் என்பதற்கு, தொல்காப்பியத்திற்கு உதவியாக இருந்த முந்தைய நூல் என்று பொருளாகும். தொல்காப்பியத்துக்கு முன்னரே அகத்தியம், இசை நுணுக்கம், மா புராணம், பூத புராணம், முதலிய பல இலக்கண நூல்கள் இருந்தன என்று சிறப்புப் பாயிரத்துக்கு உரை எழுதிய நச்சினார்க்கினியார் கூறியுள்ளார்.

தொல்காப்பியம் கடைச்சங்க நூல் என்பதும், அதற்கு முந்தைய இரண்டு தமிழ்ச் சங்கங்களில் முதற்சங்கத்தை அகஸ்தியர் நிறுவி நடத்திவந்தார் என்பதும் பரவலாகப் பேசப்பட்டாலும் இதற்கான ஆவன ஆதாரங்கள் எதுவுமில்லை. கடைச்சங்கத்திற்குப் பிறகு வந்த உரையாசிரியர்கள் கூற்றை ஏற்றுக்கொண்டுதான் ஒரு முடிவிற்கு வரவேண்டியுள்ளது. உரையாசிரியர்கள், அவர்கள் காலத்தில் நிலவி வந்த கருத்தின் அடிப்படையில் கூறுபவர்கள் என்று அவர் கூறும் தனித்தமிழ் சார்புடையவற்றை மட்டும்

ஏற்றுக்கொள்வதும் ஆரியக் கலப்புடையவற்றைப் பொய் அல்லது புனைவு என்று ஒதுக்கித்தள்ளும் மனோபாவம் தொன்று தொட்டு நிகழ்ந்து வருவதால் இங்கே நான் நச்சினார்க்கினியாரின் உரையை ஒட்டிய விஷயங்களைப் பகிர்கிறேன். எனவே அகத்தியம் என்ற இலக்கண நூல் தொல்காப்பியத்துக்கு முன்பு வழங்கி வந்தது என்றும் அதன் ஆசிரியர் அகஸ்தியர் என்பதும் நச்சினார்க்கினியாரின் விளக்க உரை மூலம் தெளிவாகிறது.

இதன் பிறகு நச்சினார்க்கினியார், அகஸ்தியர் தொல்காப்பியர் இடையில் ஒரு கதையைக் கூறுகிறார். இதனைத் தமிழ் அறிஞர்கள் முற்றிலும் நிராகரித்து வந்துள்ளது பல்வேறு அறிஞர்களின் மறுப்புக் கட்டுரைகளை வாசிக்கும்போது தெரிய வருகிறது. அவர் நடையில் இல்லாமல் படிப்பவர்களுக்குப் புரியும் வண்ணம் இந்தக் கதையை இங்கே தந்துள்ளேன்.

மாற்றாரது நிலத்தையும் வலிமையினால் பெற்றுக்கொள்ளும் மாகீர்த்தி என்ற பாண்டிய மன்னன் ஒருவன் இருந்தான். அவன் அவையில் தொல்காப்பியன் வீற்றிருந்தார். எவ்வாறு எனில், அறமே கூறும் நாவினை உடைய நான்கு வேதத்தையும் முற்றும் அறிந்தவராகவும், அதங்கோடு என்னும் ஊரின் ஆசிரியனுக்குக் குற்றமின்றி ஆராய்ந்து கூறும் வல்லமை உடையவராகவும், கடல் சூழ்ந்த உலகின் கண் ஐந்திரம் என்ற நூலின் வியாக்கரணம் நன்கு அறிந்தவராகவும், பழைய காப்பியக் குடியில் வந்தவர் என்று தனது பெயரை விளங்கச் செய்தவராக, தவவேடம் பூண்டு தொல்காப்பியர் விளங்கினார்.

அகஸ்தியர் அதங்கோட்டாசிரியனிடம் சென்று, "நீர் தொல்காப்பியர் எழுதியுள்ள தொல்காப்பியம் என்ற நூலைக் கேட்கக் கூடாது" என்று கட்டளையிடுகிறார்., தொல்காப்பியனாரும் விடாமல் பலமுறை சென்று "நான் செய்த நூலை நீங்கள் அவசியம் கேட்க வேண்டும்" என்று கூறினார். அதங்கோட்டாசிரியர் வெகுளாமல், இந்நூலுக்குக் குற்றம் கூறிவிடுவர் எனக் கருதி அவர் கூறிய கடாவிற்கெல்லாம் (சந்தேகங்களுக்கு) விடை கூறியதால் "அரில்தபத் தெரிந்து" என்றார்.

அகஸ்தியர் அதங்கோட்டாசிரியரிடம் தொல்காப்பியரின் இலக்கண நூலைக் கேட்கவேண்டாம் என்பதற்குக் காரணம் இதுவென்று ஒரு நீண்ட கதையைக் கூறுகிறார் இளம்பூரணர்.

தேவர் எல்லாம் கூடியதால் வடதிசை தாழ்ந்து தென்திசை உயர்ந்ததால் அதனைச் சமன் செய்ய சிவபெருமான் அகஸ்தியரை

அழைத்து உலகினைச் சமன்செய்யப் பணித்தார். அகஸ்தியரும் தென்திசைக்குப் போக எண்ணி, கங்கையிடம் சென்று காவிரிக்கான நீரைக் கமண்டலத்தில் வாங்கிக் கொள்கிறார். பின்னர் சமதக்கினியாரிடம் (ஜமதக்னி) சென்று அவரது மகன் திரண துமாக்கினியாரையும் அழைத்துக் கொண்டு, புலத்தியார் இல்லத்திற்குச் சென்று அவரது சகோதரி லோபாமுத்திரையை நீர் வாங்கிப் பெற்றுக்கொண்டு, துவாரபதி நோக்கிச் செல்கிறார். துவராபதியை அப்போது நிலம் கடந்த நெடுமுடி அண்ணல் என்ற மன்னன் ஆண்டு வந்தான். அந்த அரசரின் வழிக்கண் வந்த அரசர் பதினெட்டு பேர்களையும், பதினெட்டு கோடி வேளிர்குடியைச் சேர்ந்தவர்களையும் (யாதவர்கள்), அருவாளாரையும் அழைத்துக்கொண்டு தென்திசை நோக்கிப் புறப்பட்டார்.

செல்லும் வழியெங்கும் காடுகளைத் திருத்தி நாடாக்கி, பொதிய மலையில் தங்கினார். இராவணனைக் கந்தருவத்தால் (இசையால்) வென்று, இராக்கதரை அங்கு இயங்காமல் விரட்டினார். வரும் வழியில் அகஸ்தியரின் மனைவி லோபாமுத்திரை தங்களுடன் வராமல் பின்தங்கியது தெரிந்ததும் அகஸ்தியர் திரண தூமாக்கினியாராகிய தொல்காப்பியரை நோக்கி "நீ சென்று குமரியாரைக் கொண்டு வருக" எனக் கூறினார், அவரும், "எம் பெருமாட்டியை எங்ஙனம் கொண்டு வருவது?" என்று தயங்கியவரிடம் "முன்னும் பின்னுமாக நான்கு கோல் அளவுள்ள கழியின் முனைகளைப் பற்றியபடி கொண்டு வருக" என்றார் அகஸ்தியர். அவரும் அங்ஙனம் கொண்டு வரும் வழியில் வைகை நதியில் நீர் பெருகி லோபாமுத்திரையை அடித்துக்கொண்டு போனது.

தொல்காப்பியனார் அகஸ்தியரின் கட்டளையை மறந்து, வேறு ஒரு கழியை முறித்து நீட்ட, குமரியார் அதைப் பற்றிக் கரையேறினார். தனது கட்டளையைத் தனது சீடன் மீறியதை அறிந்து குற்றமாகக் கருதிய அகஸ்தியர் "உங்கள் இருவருக்கும் சொர்க்கம் கிட்டாமல் போகட்டும்" என்று சாபமிட்டார். தொல்காப்பியனாரும் வெகுண்டு பதிலுக்கு அகஸ்தியரைப் பார்த்து "உமக்கும் சொர்க்கம் கிட்டாமல் போகட்டும்" என்று எதிர்ச் சாபம் இட்டார். அதனால் அவர் வெகுண்டு "அவன் நூலை எவரும் கேளற்க" என்றார். இந்தக் கதைதான், நச்சினார்க்கினியார் தொல்காப்பியத்தின் சிறப்புப் பாயிரத்திற்குப் பொருள் கூறும்போது கூறும் விளக்கமான கதையாகும்

## பிற தமிழ் இலக்கியங்களில் அகஸ்தியர்

பன்னிருபடலம் என்பது இப்போது காணக்கிடைக்காத நூல்களில் ஒன்று. இந்த நூல் கிடைக்கப்பெறவில்லை என்றாலும் இதற்கான சிறப்புப் பாயிரம் கிடைத்துள்ளது. அந்தப் பாயிரத்தில்,

'வீங்கு கடலுடுத்த வியன்கண் ஞாலத்துத்
தாங்கா நல்லிசை தமிழ்க்கு விளக்காகென
வானோ ரேத்தும் வாய்மிழிப் பல்புகழ்
ஆனாப் பெருமை யகத்திய னென்னும்
அருந்தவ முனிவன் ஆக்கிய முதனூல்
பொருந்தக் கற்று புரைதப வுணர்ந்தோர்
நல்லிசை நிறுத்த தொல்காப் பியனும்'

இதற்குப் பெரிதாக விளக்கம் வேண்டாம். தமிழ்கூறும் நல்லுலகத்திற்கு விளக்காக அனுப்பிவைக்கப்பட்ட அகஸ்தியரிடம் இலக்கணம் கற்றுத் தேர்ந்தவர் தொல்காப்பியர் என்பது இதன் வெளிப்படையான பொருள்.

பன்னிருபடலத்தை அடியொற்றி எழுதப்பட்ட நூல் புறப்பொருள் வெண்பாமாலை.

'மன்னிய சிறப்பின் வானோர் வேண்டத்
தென்மலை இருந்த சீர்சால் முனிவரன்
தன்பால் தண்டமிழ் தாவின் றுணர்ந்த
துன்னருஞ் சீர்த்தித் தொல்காப் பியன்முதற்
பன்னிரு புலவரும் பாங்குறப் பகர்ந்த
பன்னிரு படலமும் பழிப்பின் றுணர்ந்தோன்'

மேற்கண்ட பாடல் வரிகள் மூலம் அகஸ்தியர் தொல்காப்பியருக்கு ஆசானாக விளங்கியதைத் தெளிவுபடுத்துகிறார்.

அகஸ்தியர் தனது ஆசான் என்றால், தொல்காப்பியர் தான் இயற்றிய நூலில் எங்காவது ஓரிடத்தில் அகஸ்தியரின் பெயரைக் குறிப்பிட்டிருக்க வேண்டும். ஆனால் அவ்வாறு குறிப்பிடாமல் போனதற்கு அகஸ்தியருடன் ஏற்பட்ட பிணக்கு காரணம் என்று ஒருசாரார் புனைந்து விடுத்த அழகிய கதை ஒன்று வாதமாகக் கை கொடுத்துவருகிறது.

'நாற்கவிராச நம்பி' என்ற புலவர் தொல்காப்பியத்தின் அகப்பொருளுக்கென்றே தனியாக ஒரு சிறப்புப் பாயிரம்

இயற்றியுள்ளார். அதிலும், அகஸ்தியரின் பன்னிரண்டு மாணவர்களில் தொல்காப்பியரும் ஒருவர் என்று கூறப்பட்டுள்ளது.

'பூமலி நாவன் மாமலைச் சென்னி
ஈண்டிய இமையோர் வேண்டலின் போந்து
குடங்கையின் விந்த நெடுங்கிரி மிகைதீர்த்து
அலைகடல் அடக்கி மலையத்து இருந்த
இருந்தவன் தன்பால் இயல்தமிழ் உணர்ந்த
புலவர் பன்னிருவருள் தலைவனாகிய
தொல்காப்பியன்...'

## மணிமேகலையில் அகஸ்தியர்

மணிமேகலையை இயற்றிய சீத்தலைச் சாத்தனார் இளங்கோவடிகளின் நண்பர் என்று அறியப்படுவதால், இவரது காலம் இளங்கோவடிகளின் காலம் என்பதால், கிட்டத்தட்ட 1900 ஆண்டுகளுக்கு முன்பு இவர் வாழ்ந்தவர் என்பதையும் அக்காலத்தில்தான் மணிமேகலை இயற்றப்பட்டது என்பதையும் புரிந்து கொள்ளலாம்.

மணிமேகலை நூலுக்கு முன்னுரை போல விளங்கும் பதிகம் என்ற பகுதியில்தான் சீத்தலைச் சாத்தனார் ஆராய்ச்சிக்குரிய பல விஷயங்களைக் கூறியுள்ளார். நமது பாரதத்தில், உலகம் முழுவதையும் நாவலந்தீவு (ஜம்பு த்வீபம்) என்று குறிப்பிடுவது தொன்றுதொட்டு இருந்துவரும் வழக்கமாகும். அந்தணர்கள் கர்மங்களைச் செய்வதற்கு முன்னர் கர்த்தாவின் விவரங்கள், கர்மம் செய்யும் இடம் போன்றவற்றைத் தெரியப்படுத்துவதை, சங்கல்பம் செய்துகொள்வது என்பார்கள். 'ஜம்புத்வீபத்தில், பாரத வர்ஷத்தில், பரதக் கண்டத்தில், இந்தத் திசையில், இந்த இடத்தில், இந்த நதியின் தீரத்தில், இந்தக் கடவுளின் சன்னதியில் இருந்துகொண்டு இந்தக் கர்மாவைச் செய்கிறேன்' எனப் பூகோள நிலவியற் குறிப்பு அந்தச் சங்கல்பத்தில் கூறப்பட்டிருக்கும். இந்த ஜம்புத்வீபமே தமிழில் நாவலந்தீவு என்று பழங்காலத்தில் குறிப்பிடப்பட்டுள்ளது. ஜம்பு என்றால் நாவல் என்று பொருள். ஜம்புகேஸ்வரர் எழுந்தருளியுள்ள திருவானைக்காவல் கோவிலின் தல விருட்சம் நாவல்மரம் என்பது கவனிக்கத்தக்கது. மணிமேகலையின் தொடக்கத்தில் உள்ள பதிகம் என்ற பகுதியிலும் இதே மகாசங்கல்பம் போலவே சீத்தலைச் சாத்தனார் தொடங்குகிறார்.

மணிமேகலை பதிகத்தின் தொடக்கத்தில் சம்பாபதி என்ற பகுதியின் தெய்வமாகச் சம்பு என்ற பெண்தெய்வத்தை ஒரு சம்பு மரத்தின்கீழ் அமர்ந்திருப்பதாகச் சாத்தனார் காப்பியத்தைத் தொடங்குகிறார்.

'செங்கதிர்ச் செல்வன் திருக்குலம் விளக்கும்
கஞ்ச வேட்கையிற் காந்தமன் வேண்ட
அமர முனிவன் அகத்தியன் றனாது
கரகங் கவிழ்த்த காவிரிப் பாவை
செங்குணக் கொழுகியச் சம்பா பதியயல
பொங்குநீர்ப் பரப்பொடு பொருந்தித் தோன்ற'

சூரிய வம்சத்தில் தோன்றிய காந்தமன் என்ற மன்னன் காவிரியில் நீர்ப் பெருக்கத்திற்காகச் சம்பாதி தெய்வத்திடம் வேண்டுகிறான். தேவரிஷியான அகஸ்தியர் கரத்திலிருந்த கமண்டலம் கவிழ, அதிலிருந்து பெருகி ஓடிய காவிரி நதி அந்த சம்பாதி தெய்வத்தின் அருகில் ஓடத் தொடங்கியது. இதன் பிறகு, காவிரியை அகஸ்தியன் அன்னையாகப் பாவித்து, சம்பாதி என்ற தெய்வத்தின் முன் கொண்டுவந்து, அந்தச் சம்பாதியை வணங்கச் சொல்வதாகவும் இந்தப் பதிகம் தொடர்கிறது.

தொடித்தோட்செம்பியன் என்ற சோழ மன்னனின் காலத்தில் காவிரி ஒரு நதியாகத் தமிழகத்தில் ஓடத் தொடங்கவில்லை. அந்த அரசனுக்குப் பின்னர் (சுமார் 180 ஆண்டுகள் கழிந்த பின்னர்) அரசாள வந்த காந்தமன் என்ற மன்னரின் காலத்தில்தான் அகஸ்தியரின் உதவியுடன் காவிரி, குடகு மலையிலிருந்து திருப்பி விடப்பட்டு தமிழகத்தில் நுழைந்து பூமியை வளமாக்குகிறது என்பதை மணிமேகலை தெளிவாகக் கூறுகிறது.

மேற்குத் தொடர்ச்சி மலையே அப்போது மலயமலை என்று அழைக்கப்பட்டது. சற்றேறக்குறைய எட்டாயிரம் ஆண்டுகளுக்கு முன்னர் (பொ.யு.மு.6000) குடகு நாட்டைக் காவேரன் என்ற மன்னன் ஆண்டு வந்தான். அப்போது குடகு ஒரு சுதந்திர நாடாக இருந்திருக்க வேண்டும். இந்தக் குடகுநாட்டு மன்னன் தனது மகள் காவிரியை அகஸ்தியருக்குத் திருமணம் செய்துவித்து மந்திரியாகவும் ஆக்கிக்கொண்டான். இந்த அகஸ்தியருக்கு ஆரியவர்த்தத்துடன் நெருங்கிய தொடர்பு இருந்துள்ளது. ஆரிய அரசர்கள் பலரும் அவருக்கு நண்பர்களாக விளங்கினர். அவர்களுள் பரசுராமரும் ஒருவர்.

ஒருமுறை வடதிசை நைமிசாரத்தில் மன்னர்கள் ஓர் ஆட்டினை யூப ஸ்தம்பத்தில் கட்டிவைத்து யாகம் புரிந்தனர். அகஸ்தியர் ஆட்டைக் கட்டிவைத்த காரணம் கேட்க, அவர்கள் "அசம் பெய்து அவி சொரிந்தால் தின் வானவர் வசம் பெய்து அருளின் மாநிலம் செழிக்கும்" என்றனர்.

அகஸ்தியர் "மூடர்களே! அசம் என்றால் ஆடு என்பது பொருளில்லை. மூவாட்டை நெல், அதாவது மூன்று வருடத்துப் பழைய நெல்" என்று கூறி யாகத்தைத் தான் முன்னின்று நடத்தினார்.

காவேரன் குடகு நாட்டில் ஆட்சிபுரிந்துவந்த அதே காலத்தில் தமிழகத்தைக் காந்தமன் என்ற சோழ மன்னன், புகார் நகரைத் தலைநகராகக் கொண்டு ஆண்டு வந்தான்.

பரசுராமர் வடநாட்டில் உள்ள மன்னர்களை எல்லாம் வென்று முடித்து, தனது கவனத்தைத் தென்னகத்தின் மீது திருப்பினார். இதனால் பீதியடைந்த காந்தமன் தனது சோழநாட்டை ஆசைக்கிழத்தியின் மைந்தனான ககந்தன் வசம் ஒப்படைத்து விட்டு, குடகு மலையில் ஒளிந்து வாழ்ந்துவந்தான். குடகு மலைக்குச் சென்ற சமயத்தில்தான் அங்கே காவிரி உற்பத்தியாகி குடகு நாட்டின் கிழக்குப்புறம் கடலில் கலப்பதைக் கண்டான். தனது அமைச்சரின் உதவியுடன் அதனைத் தமிழகத்தில் ஓடும் வண்ணம் செயல்படுத்தத் திட்டமிடுகிறான். ககந்தன் உண்மையான அரச வாரிசு இல்லை, அவன் ஆசைநாயகியின் மைந்தன் என்பதால் பரசுராமர் தமிழகத்தை அச்சுறுத்தாமல் சென்றுவிட (கீழோர்களை எதிர்ப்பதில்லை என்பது பரசுராமரின் சபதம்) பிறகு திரும்பிவந்த காந்தமன் அகஸ்தியரின் உதவியுடன் காவிரியைக் கிழக்கு நோக்கிப் பாய வைத்தான்.

ஒவ்வொருவரும் அவரவர் வசதிக்கும் தவறான அபிப்பிராயங்களுக்கும் ஏற்பவே வாதங்களை முன்வைக்கின்றனர். இதனை ஓர் உருவகமாகக் கொண்டால், அகஸ்தியர் காவிரியைத் தமிழகத்திற்குக் கொண்டுவரும் செயற்திட்டத்தின் தலைவராக விளங்கியவர் என்பதற்கு இவை எல்லாமே சான்றுகளாக விளங்குகின்றன.

## சிலப்பதிகாரத்தில் அகஸ்தியர்

சிலப்பதிகாரம் அரங்கேற்றுக் காதையில், மாதவியின் தலைக்கோல் குறித்துக் கூறப்படும் இடத்தில், வேறு எங்கும் கூறப்படாத கதை ஒன்று வருகிறது. இதுவரையில் நான்

குறிப்பிடும் புராணங்களில் வெளிவந்திராத கதை ஒன்றினை இளங்கோவடிகள் மேற்கோள் காட்டுகிறார்.

‘தெய்வ மால்வரைத் திருமுனி அருள
எய்திய சாபத்து இந்திர சிறுவனொடு
தலைக்கோல் தானத்துச் சாபம் நீங்கிய
மலைப்புஅருஞ் சிறப்பின் வானவர் மகளிர்’

இவ்வாறுதான் அரங்கேற்றுக் காதையின் செய்யுள் தொடங்குகிறது. இந்திரனின் சபையில் அகஸ்திய முனிவர் சென்றபோது அவரை வரவேற்று உபசரிக்கும் இந்திரன், தேவ மங்கையான ஊர்வசியின் நடனத்திற்கு ஏற்பாடு செய்கிறான். ஊர்வசி, நாட்டியக் கலையின் கூறுகளை உள்வாங்காமல், இந்திரனின் மகன் ஜெயந்தன் மீது கொண்ட காதலால் தடுமாறுவதைக் கண்டு வெகுண்ட அகஸ்திய முனிவர், அவளைப் பூலோகத்தில் பிறக்குமாறு சபித்துவிடுகிறார். இதனைக் கடலாடு காதையில்

‘...நயந்தெரி பாடலும்,
தோரியமடந்தை வாரம் பாடலும்
ஆயிரங் கண்ணோன் செவியகம் நிறைய
நாடகம் உருப்பசி நல்காள்ஆகி’
என்று விரிவாகக் கூறியிருப்பார்.

அகஸ்தியரின் சாபம் காரணமாக ஜெயந்தன் விந்திய மலையில் மூங்கிலாகவும், ஊர்வசி காஞ்சிபுரத்தில் கணிகையர் குலத்திலும் பிறந்து சாபம் நீங்கினர் என்பது கதை.

### மு.இராகவையங்காரின் அகஸ்தியர்

இராமநாதபுரம் சமஸ்தானத்தில் பாண்டித்துரை தேவரின் அரண்மனையில் அரசவை கவிஞராக விளங்கிய தமிழறிஞர் மு.இராகவையங்கார் முத்தமிழ் வித்தகர். வடமொழியிலும் புலமையுடையவர். இதழ்களை அச்சிட்டதோடு பல நல்ல தமிழ் நூல்களையும் எழுதிப் பதிப்பித்தவர். மு.இராகவையங்கார் ‘வேளிர் வரலாறு’ என்ற நூல் ஒன்றை எழுதியுள்ளார். பெரும் விமர்சனங்களுக்கு உள்ளான நூலாகும் இது.

தமிழகத்தில் உரிமை கொண்டாடி ஆண்டுவந்த சேர சோழ பாண்டியர்களுக்கு முன்னரே தமிழகத்தை இன்னொரு கூட்டமும் அரசாண்டதற்குச் சரித்திர ஆதாரங்கள் உள்ளன. இந்தக் கூட்டத்தினர் வேளிர் என்று அழைக்கப்படுவர். கடையேழு

வள்ளல்களான பாரி, வல்வில் ஓரி போன்ற மன்னர்கள் இந்த வேளிர்குலத்தைச் சேர்ந்தவராவர். பாரி மன்னனை எதிர்த்து மூவேந்தர்களும் ஓரணியில் திரள வேண்டும் என்றால் பாரி எத்தனை வலிமை பெற்றவனாக இருக்க வேண்டும்? வேளிர் குறித்து மட்டுமில்லை, தமிழகத்தைக் குறித்து அறிந்துகொள்ளவே சங்க நூல்களை மட்டுமே நாம் நம்பியிருக்க வேண்டியுள்ளது.

'பணைகெழு வேந்தரும் வேளிரும்' என்று புறநானூற்றிலும், 'இருபெரு வேந்தரோடு வேளிர்' என்று மதுரைக் காஞ்சியிலும், 'வேந்தரும் வேளிரும்' என்று பதிற்றுப் பத்திலும் இடம்பெற்றுள்ளனர் இந்த வேளிர். இவர்களின் இருப்பு குறித்தும் சங்க நூல்களில் பல இடங்களில் வந்துள்ளன. "தொன்முது வேளிர்' என்கிறது அகநானூறு. 'நாற்பத்தொன்பது வழிமுறை வந்த வேளிர்' என்கிறது புறம். இந்தக் குறிப்புகள் மூலம், வேளிர் குலத்தவர் பன்னெடுங்காலமாகத் தமிழகத்தில் வசித்து வந்தவர் என்பது நமக்குத் தெரிகிறது.

தொல்காப்பியச் சிறப்புப் பாயிரத்திற்கு, நச்சினார்க்கினியாரின் உரையினையே மு.இராகவையங்கார் மேற்கோளாகக் காட்டுகிறார். வடதிசை தாழ்ந்து தென்திசை உயரவே, சிவபெருமான் அகஸ்தியரை அழைத்து, தென்திசைக்குப் போகுமாறு ஏக, அப்போது அகஸ்தியர் 'துவாரபதிப் போந்து நிலங்கடந்த நெடுமுடியண்ணல் வழிக்கண் அரசர் பதினெண்மரையும், பதினெண்குடி வேளிர் உள்ளிட்டாரையும் அருவாளரையுங் கொண்டுபோந்து காடுகெடுத்து நாடாக்கி...' என்ற விளக்கத்தின் மூலம் தனது கருத்தை ஐயங்கார் முன்வைக்கிறார். புராணங்களில் கண்ணனின் மறைவுக்குப் பின்னர் பெரிய உள்நாட்டுக் கலகம் காரணமாக யாதவர்கள் புலம்பெயர்ந்த செய்தி அறியப்பட்டுள்ளதே அன்றி அவர்களை அகஸ்தியர் அழைத்துக்கொண்டு சென்றதாக எவ்விடத்திலும் கூறப்படவில்லை.

ஆனால் தொல்காப்பியத்தின் அவதாரிகையில் நச்சினார்க்கினியார் பொருளியலில்

'வேந்து வினையியற்கை வேந்தனி னொரீஇய
வேனோர் மருங்கினு மெய்திட னுடைத்தே'

என்ற வரிகளுக்கு விளக்கம் அளிக்கும்போது மீண்டும் அகஸ்தியர் வேளிரை அழைத்து வந்ததை அடிக்கோடிடுகிறார். 'இது மலயமாதவன் நிலங்கடந்த நெடுமுடியண்ணலுழை

நரபதியருடன் கொணர்ந்த பதினெண்வகைக் குடிபிறந்த வேளிர்க்கும் வேந்தன்தொழில் உரித்தென்கிறது' என்கிறார். ஒருமுறைக்கு இருமுறையாக நச்சினார்க்கினியார் கூறும்போது, அவர் காலத்தில் அதற்கான சிறந்த ஆதாரங்கள் இருந்திருக்கவே வாய்ப்பு அதிகம்.

நச்சினார்க்கினியார் மூலம், இன்னொரு அகஸ்தியர் யாதவர்களை மீட்டு தமிழகத்தில் குடியேற்றம் செய்தவர் என்பதாகவும் ஒரு செய்தி உலாவுவதை அறிய முடிகிறது.

### அகஸ்தியர் ஒரு விண்மீனாக

சமீபத்தில் இந்திய விஞ்ஞானக் கழகத்தின் பேராசிரியராக விளங்கும் திரு.ரங்காச்சாரிய நாராயண ஐயங்கார் என்ற அறிஞர் எழுதியுள்ள பராசரதந்த்ரம் என்ற நூல் விண்ணில் உள்ளவற்றின் மீது புதிய வெளிச்சத்தைப் பாய்ச்சியுள்ளது. அந்த நூல் முழுப் பிரதியும் கிடைக்காத நிலையில், கிடைத்தவற்றைக் கொண்டு விண்ணில் உள்ள பொருட்களின் காலத்தையும் அதன் மூலம் ஒவ்வொரு நிகழ்வுகளின் துல்லியமான நாட்களையும் கணிப்பதற்குப் பெரும் துணையாக உள்ளது.

பராசரதந்த்ரத்தில் R.N.நாராயணன் மேற்கோள் காட்டும் வரிகள் இவை.

> 'சூரியன் ஹஸ்த நட்சத்திரத்துடன் இருக்கும் வேளையில் அகஸ்திய விண்மீன் தோன்றுகிறது. சூரியன் ரோஹிணியில் இருக்கும்போது அகஸ்திய விண்மீன் மறைகிறது. சப்தரிஷி மண்டலத்தில் ஒரு நட்சத்திரமாக அகஸ்தியர் கூறப்படவில்லை என்றாலும் அவரை எட்டாவது நட்சத்திரமாக வைக்கும் மரபு வேத காலத்தில் இருந்துள்ளது. அகஸ்தியரையும் சேர்த்து எட்டுக் கோத்திரப் பிரிவுகள் இருப்பதாக வேத மரபுகள் கூறுகின்றன.'

இவரது கூற்றின்படி அகஸ்திய நட்சத்திரம் வடதிசையில் இருப்பவர்கள் கண்களுக்கு பொ.யு.மு.3900ம் ஆண்டில் தெரியத் தொடங்கியது என்றும் அதன் தீர்க்க ரேகை 35 - 40 கோணங்கள் வரையில் என்றும் தென்திசையில் அதன் கோணம் 12 என்றும் கூறுகிறார்.

### உலகம் சுற்றிய அகஸ்தியர்

அகஸ்தியர் தென்னிந்தியாவில் உள்ள காடுகளைச் சீர்படுத்தி, நதிகளுக்கு வழித்தடங்களையும், வாய்க்கால்களையும்

ஏற்படுத்தியதோடு நில்லாமல் பாரதத்தின் அண்டைநாடுகளுக்கும் சென்று வந்துள்ளதற்குச் சான்றாகப் பல குறிப்புகள் உள்ளன. அங்கோர்வாட் கோவிலில் உள்ள ஒரு பட்டயம், அகஸ்தியர் கம்போதியாவில் இருந்ததற்குச் சான்றாக விளங்குகிறது. அதில் ‘ஆரியத் தேசத்தைச் சேர்ந்தவரான அகஸ்தியர் சிவபூஜையில் சிறந்தவர். தனது சித்தியினால் கம்போதியாவில் உள்ள ஸ்ரீபட்டீஸ்வரம் என்ற சிவலிங்கத்தைப் பிரதிஷ்டை செய்தார். அந்தச் சிவலிங்கத்தைப் பலகாலம் பூஜித்துவந்து பின்னர் முக்தி அடைந்தார். இவர் சிவபூஜையில் ஈடுபட்டதோடு அல்லாமல் யசோமதி என்ற அரச குமாரியை மணந்து அரச பரம்பரை ஒன்றைத் தோற்றுவித்தார்’ என்று கூறப்பட்டுள்ளது.

சக ஆண்டு 811ல் வெட்டப்பட்ட கல்வெட்டு ஒன்றில், ‘வேதங்களில் வல்லவரும் பிராமணருமாகிய அகஸ்திய ரிஷி ஆரியப் பூமியிலிருந்து வந்து மகிஷிட வம்சத்திலுள்ள யசோமதியை மணந்து நரேந்திரவர்மன் என்ற மகனைப் பெற்றார்’ என்ற குறிப்பு காணப்படுகிறது.

கம்போதியாவிலும் சையாமிலும் ஐம்பொன்னால் செய்யப்பட்ட தெய்வத்திருமேனிகள் பல இடங்களில் காணப்படுகின்றன. சில திருமேனிகளில் தமிழ் எழுத்துகள் பொறிக்கப்பட்டிருப்பதைக் காணும்போது அவை தென்னிந்தியாவில் வடிக்கப்பட்டு கம்போதியாவிற்குக் கொண்டு செல்லப்பட்டிருக்கலாம் என்பதை அறிய முடிகிறது. மீகாங்(Mikong) ஆற்றங்கரையில், அகஸ்தியர் முதல் ஆரியக் குடியேற்றத்தைத் தொடங்கியிருக்கலாம்.

அகஸ்தியர் சுந்தா தீவுகள், மலேயா தீவுகள், சாவகத் தீவுகளுக்குச் சென்றார் என்று வாயு புராணம் என்ற நூல் கூறுகிறது. மலேயா தீவிலும் தென் தமிழ்நாட்டில் இருந்ததைப் போலவே ஒரு மலயமலை உள்ளது. பழைய சமஸ்கிருதப் பட்டயங்கள் மூலம், அந்தத் தீவுக் கூட்டங்களின் தொன்மை வரலாறு ஆரியப் பிராமணர்களுடன் தொடர்புடையது என்பது தெரிய வருகிறது. பிராமணர்கள் குடியேறிய பின்னர் புத்தமதம் உள்ள நுழைந்திருக்க வேண்டும்.

அகஸ்தியக் கோத்திரத்தைச் சேர்ந்தவர்கள் அகஸ்தியர் என்றே குறிப்பிடப்படுவதால், அகஸ்தியரின் மரபு, சாவகத் தீவில் தொடர்ந்தது என்பதற்கு ஒரு சிவன் கோவில் பட்டயம் சான்றாகத் துணைபுரிகிறது. அனைத்து மக்களின் நலனுக்காக அகஸ்தியர் வரதலோக என்ற கோவில் திருப்பணியைச் செய்தார் என்றும் கூறுகிறது

போலினேசிய மொழியில் வாலிங் (Vaaling) என்பதற்கு அகஸ்தியர் என்பதே பொருளாகும். இன்றளவிலும் சாவகத்திலும், பாலித் தீவுகளிலும் சத்தியப்பிரமாணங்கள் எடுத்துக் கொள்ளும்போது அகஸ்தியர் பெயருடன் சேர்த்துப் பிரமாணம் எடுத்துக்கொள்வது வழக்கமாக உள்ளது. 'சூரிய சந்திரர்கள் உள்ளவரையிலும், உலகம் கடலால் சூழப்பட்டு இருக்கும் வரையிலும், காற்று உள்ளவரையிலும் வாலிங்கின் பெயர் நிலைத்து இருக்கும்' என்பதே அந்தப் பிரமாணம்.

இந்தோனேசியாவில் உள்ள காவி (kawi) தீவின் மக்கள் இன்றும் அகஸ்தியரை ஹரிச்சந்திரனா என்ற பெயரில் வழங்கி வருகின்றனர். கிழக்குச் சாவகத் தீவுகளில் பொ.யு.760ம் ஆண்டைச் சேர்ந்த பட்டயம் ஒன்று கண்டுபிடிக்கப்பட்டது. 'தனது முன்னோரால் கொண்டுவரப்பட்ட சந்தன மரத்தில் வடிக்கப்பட்ட அகஸ்தியரின் திருமேனி பழுதானபோது, கற்றுத் தெளிந்த மன்னவன் அந்தச் சிலையைக் கருங்கல்லில் வடிக்க உத்தரவு பிறப்பித்தான்' என்று அந்தப் பட்டயம் கூறுகிறது. சாவகத்தில் உள்ள அகஸ்திய வழிபாடு, தென்னகத்திலிருந்து சென்றிருக்க வேண்டும். சடைமுடி, உருத்திராட்சம், தண்டம், கமண்டலத்துடன் குறுகிய மேனியும், பெருத்த வயிறும் உடையவராக அவர் காணப்படுகிறார். சிவகுரு, பாரத குரு என்றே சாவக மக்கள் அவரை வணங்குகிறார்கள். கலசய, கும்பயோனி, சர்வஞ்ஞு, மித்திரவர்ணமுத்திர என்பவை அவருக்குச் சாவகத் தீவில் வழங்கப்படும் வேறு பெயர்களாகும்.

அகஸ்தியரின் யாத்திரை பொதிகை மலையோடு நின்றுவிடாமல், அவர் மீது இருந்த அசைக்க முடியாத நம்பிக்கை, வழிபாடு இவற்றின் காரணமாக மலேயத் தீவுகள், இந்தோனேசியத் தீவுகள், ஒருசில சீன இந்தியப் பகுதிகள் எனத் தமிழர்கள் தங்கள் எல்லைகளை விரித்தபோது, அகஸ்தியரையும் நிறுவினார்கள் என்பது தெளிவாக விளங்குகிறது.

# நிறைவாக

நீண்ட வரலாறு கொண்ட தமிழகத்தின் பாரம்பரியத்திலும் கலாச்சாரத்திலும் அகஸ்தியருக்கு அளிக்கப்பட்டதைப் போன்ற இடம் வேறு எந்த முனிவருக்கும் அளிக்கப்பட்டதில்லை. புராணக் கதைகள், வரலாற்றுச் செய்திகளாகத் தொகுக்கப்பட்ட ஆரியர்களைப் பற்றிய காலத் தொகுப்புகள், தென்னிந்தியாவிற்குவந்தஆரியர்கள்என்றதொகுப்புகள் இவ்வாறு எல்லாத் தொகுப்புகளிலும் முதல் இடம் பிடிப்பவர் அகஸ்தியர். ஆரியர்களின் ஆரம்பக்காலக் குறிப்புகளில் அகஸ்தியர் இடம்பெற்று விடுகிறார். ரிக் வேதத்தில் ஒருசில ஆரம்பச் சூக்தங்களை அகஸ்தியர் எழுதியதாகக் குறிப்பு காணப்பட்டாலும் சப்த ரிஷி அந்தஸ்து அவருக்கு வழங்கப்படவில்லை. கௌதமர், பாரத்வாஜர், விஸ்வாமித்திரர், ஜமதக்னி, வசிட்டர், காசியபர், அத்ரி என்ற அந்த எழுவரில் அகஸ்தியர் பெயர் இடம்பெறவில்லை. பின்னர் எழுந்த வாயு, விஷ்ணு புராணங்களில் பிருகு, தக்ஷனின் பெயர்கள் சேர்க்கப்பட்டாலும் அகஸ்தியரின் பெயர் விடுபட்டது ஆச்சரியமளிக்கிறது. இதனால் அகஸ்தியர் ஒரு முனிவர்தானா என்ற சந்தேகம் வலுக்கிறது. அகஸ்தியருக்கு ரிஷி வரிசையில் பெயர் இல்லை என்றாலும் வானில் மின்னும் நட்சத்திரங்களில் அகஸ்திய நட்சத்திரமாக அவர் இன்றும் ஜொலித்துக் கொண்டுதான் இருக்கிறார்.

சொல்லப்போனால் அகஸ்தியரின் பங்களிப்பைப் பார்க்கும்போது அவர் புராணங்களிலும் வேதங்களிலும் குறிப்பிடப்படும் பாத்திரங்களின் நடுநாயகமாகத் திகழ்ந்திருக்க வேண்டியவர்.

வானுலகில் ஒரு காலும், மண்ணுலகில் ஒரு காலுமாக அறியப்படும் இவரது வருகையினால் நிகழும் செயல்கள் மனித எத்தனத்திற்கோ தேவ எத்தனத்திற்கோ அப்பாற்பட்டது என்றுதான் கூற வேண்டும். இவரது பிறப்பின் காரணமாக இவர் கலசஜன், கும்பமுனி, கும்பசம்பவர், காடோத்பவர் என்று அழைக்கப்படுபவர்.

ஒருமுறை மித்திரனும், வருணனும் ஒரே நேரத்தில் ஊர்வசி மீது ஆசைப்பட்டுத் தங்களது ஸ்கலிதத்தை விட, அந்த வீரியம் மிக்க விந்துவை வீணாக்காமல் மித்திரன் பானையிலும், வருணன் கடலிலும் சேமித்து வைத்தனர். குடத்திலிருந்து அகஸ்தியர் தோன்றினார். வசிஷ்டர் கடலிலிருந்து தோன்றினார். நூற்றாண்டுகள் செல்லச் செல்ல இந்தக் கதை மாறிக்கொண்டே வந்தது. அவற்றை இப்போது பார்க்க வேண்டிய அவசியமில்லை. ஒரு சாதாரண வாசகனுக்கு அகஸ்தியரின் பிறப்பு எந்த அளவிற்குப் புரிந்துகொள்ள முடியாத மர்மமாக இருக்குமோ, அந்த அளவிற்கு அவர் வானில் நிலையான நட்சத்திரமாக மாறியதும் ஒரு மர்மமாகவே உள்ளது.

அகஸ்தியரைச் சுற்றிப் பின்னப்பட்ட புனைவுகள் எல்லாம் இரண்டு பகுதிகளாக உள்ளன. ஒன்று பூர்வப் பகுதி. மற்றது உத்தரப் பகுதி. அகஸ்தியர் ஆரியவர்த்தத்திலிருந்து கிளம்பி தெற்குப் பகுதி நோக்கிப் பயணப்பட்டது அவரது வாழ்வில் நடந்தவைகளை இரண்டு பகுதிகளாகப் பிரித்துவிட்டது. வரலாற்று ரீதியாக ஒருவர் இந்த நிகழ்ச்சிகளைத் தேடப் புகுந்தால், போதுமான தனிப்பட்ட தெளிவான ஆதாரங்கள் சிக்குவது துர்லபம். இரண்டு பகுதிகளும் போட்டி போட்டுக்கொண்டு கற்பனைப் புனைவுகளை அள்ளி வழங்குகின்றன. பூர்வப் பகுதியில் இமயமலை இருந்தால், உத்தரப் பகுதியில் பொதிகை மலை உள்ளது. வடபகுதியில் அவரது வேத மந்திரங்கள் ரிக் வேதத்தில் இடம் பெற்றால், தென்பகுதியில் சில ரசவாத வைத்தியச் சூத்திரங்கள் இடம் பெற்றுள்ளன.

வடக்கில் அகஸ்தியர் சிவபெருமானின் அருளுடன் கங்கையைக் கொண்டு வந்தால் (காசி காண்டத்தில் உள்ளபடி) தெற்கில் தாமிரபரணியையும், விநாயகர் அருளால் காவேரியையும் கொண்டுவந்தார். வடக்கில் வாரணாசியில் அவரது உறைவிடம் அமைந்தால் தெற்கில் வாதாபியில் அவரது வசிப்பிடம் உள்ளது. வாதாபிக்கு, தக்ஷிண காசி என்றே பெயர் உள்ளது. விதர்ப ராஜனின் மகளான லோபாமுத்திரையை வடக்கில் மணந்தால், தெற்கில் காவேர மன்னனின் மகள் காவேரியை மணக்கிறார். வடக்கில் இட்ட சாபங்களே அவரது பழக்கதோஷமாகத் தெற்கிலும் இடப்பட்டன. (உதாரணம், தொல்காப்பியருக்கு இட்ட சாபம்).

இந்த இணைக்கதைகள், தென்புலத்தவர்கள் அகஸ்தியரைப் பற்றிக் கூறும் கதைகள், பெரும்பாலும் ஆரிய அகஸ்தியரின் கதைகளை

எதிரொலிப்பதாகவே உள்ளன. ஆரியத்தில் முக்கிய அங்கம் வகிக்கும் அகஸ்தியரை, திராவிடத்தின் குலசாமியாகக் காட்டும் முயற்சிகளும் ஒருங்கே நிகழ்ந்துள்ளன. தமிழ் அகஸ்தியரை அகத்தி மரத்துடன் ஒப்பிட்டு, அதனை ஸ்தாபிக்க, ஒரு கதையையும் கட்டிவிட்டனர். அகஸ்தியர் ஒரு வைத்தியரும் கூட என்பதால் அவரது குடிலைச் சுற்றி ஏராளமான அகத்திச் செடிகளை வளர்த்து வந்தார் என்று போகும் இந்தக் கதை. கதைக்குக் கதை, ஒரு நிகழ்ச்சிக்கு இன்னொரு நிகழ்ச்சி என்று போவதால் வாதத்தில் வெற்றி பெற்றதாகவே கொண்டாலும் திராவிடர்கள் அகஸ்தியரைத் தங்களுடையவராகக் கொள்ளமுடியுமா என்பதற்கு இன்னும் சரியான விடை இல்லை. அகஸ்தியர் திராவிடராக இருந்தால், வடதிசை அகஸ்தியரின் கதைகளைப் போலவே அச்சுப்பிரதி எடுத்த மாதிரியான கதைகளை எதற்காக இவர்களும் கூறவேண்டும் என்ற கேள்விக்கு விடையில்லை. தற்செயல் என்று இவைகளை நம்மால் புறந்தள்ள முடியவில்லை.

அவரது புராணக் கதைகளை மொத்தமாகப் பார்க்கும்போது நமக்குச் சில விஷயங்களைத் தெளிவாக்க வேண்டியுள்ளது. அவர் உலகைச் சமநிலை கொள்ளச் செய்ய வடக்கில் இமயத்திலிருந்து கிளம்பி தெற்கில் பொதிகையை நோக்கி வந்ததற்கும், வரும் வழியில் விந்தியப் பர்வதத்தின் கர்வத்தை அடக்க அதனைக் காலால் அழுத்தியதற்கும், சமுத்திரத்தைக் குடித்து நீர் வற்றச் செய்ததற்கும் சில வான சாஸ்திர மற்றும் பூகோள விதிகளைக் காரணமாகக் கூறலாம். (மணிமேகலையில் அகஸ்தியரை, ஒரு சிவில் என்ஜினியர் போலக் காட்டியிருப்பது இங்கு நினைவுகூரத் தக்கது).

இவற்றை எல்லாம் ஒதுக்கி வைத்துவிட்டு அகஸ்தியரின் மொத்த வாழ்க்கையையும் கூர்ந்து கவனித்தால் அவரது வாழ்க்கை முழுவதும் ஒரு சாதாரண மனிதனால் சாதிக்க முடியாத பல செயல்களை, ஒரு செயற்திட்டத்தின் தலைவராகப் பொறுப்பேற்று நிறைவேற்றினார் என்றுதான் கூற முடியும். இல்லையென்றால் வடநாட்டை விடத் தமிழகத்தில் அகஸ்தியரை இந்த அளவிற்குத் தலையில் வைத்துக் கொண்டாட மாட்டோம்.

புலம்பெயர்ந்தாலும் வருத்தப்படாமல், தான் மேற்கொண்ட செயற்திட்டத்தைச் செவ்வனே முடிக்கும் ஓர் அதிகாரியின் பயணமாகவே அகஸ்தியரின் யாத்திரையை நாம் கவனிக்க வேண்டும். குடகில் உற்பத்தியாகும் காவிரி உள்ளவரையில், திருக்குற்றால மலையில் உற்பத்தியாகும் தாமிரபரணி உள்ளவரையில், விந்தியப் பர்வதத்தின் ஊடாகத் திராவிடத் தேசத்திற்குப் பாதை இருக்கும் வரையில், அகஸ்தியர் வானில் ஒரு நட்சத்திரமாக ஜொலித்துக் கொண்டே இருப்பார்.

* * *

# இந்த நூல் எழுதத் துணையாக இருந்த நூல்கள்


1. A cultural history of India by A.L.Basham Oxford university press
2. Agastya in the Tamilland - by K.N.Sivaraja pillai - Asian Educational Services New Delhi
3. Agni purana– Motilal Banarsidass Publishers
4. Brahma Purana - Motilal Banarsidass Publishers
5. Dravidian Theories– R.Swaminatha Aiyar - The Madras Law Journal Office, Madras
6. Tamil Studies - M.srinivasa iyengar– Guardian press Madras
7. Indigenous Indians form Agatyar to Ambetkar - Koenraad Elst, Voice of India,New Delhi
8. On the visibility of Agastya(Canopus) in India - paper presented by K.Chandra Hari
9. Pre - Aryan Tamil Culture - P.T.Srinivasa Iyengar - Asian Eduvational Services - N.Delhi
10. Tamils 1800 years ago - V.Kanagasabhai - The South India Saiva Siddhandha works publishing society, Tirunelveli.
11. The Vayu Purana - Motilal Banarsidass Publishers

12. அகத்திய முனிவர் - ஜெகவீர பாண்டியன் - மதராஸ் C. வரதராஜுலு நாயுடு பிரஸ், மதுரை.

13. அகத்தியர் வரலாறு -

14. அகத்தியர் - ந.சி.கந்தையா பிள்ளை - Progressive Printers, Madras

15. அகத்தியர் ஆராய்ச்சி - கா.நமசிவாய முதலியார் - குடி அரசு பதிப்பகம்

16. இருக்கு வேத சம்ஹிதை - குன்னூர் சிவத்தியானானந்த மகரிஷி

17. கந்த புராண வசனம் - சு.அ.இராமசாமிப் புலவர் - சை.சி. நூ.ப.கழகம்

18. திருக்குற்றாலத் தல புராணம் - திரிகூட ராசப்பக் கவிராயர் - திருவாவடுதுறை ஆதீனம் வெளியீடு

19. திருநெல்வேலி தல புராணம் - ம.அழகர்சாமி பிள்ளை

20. தொல்காப்பியம் சிறப்புப் பாயிரம் - ஆ.சிவலிங்கனார் - உலகத் தமிழாராய்ச்சி நிறுவனம், சென்னை

21. ஸ்ரீ தாமிரபரணி மகாத்மியம் - பிரமஸ்ரீ ஏ.ஆர்.கணபதி சாஸ்த்ரி

22. மற்றும் Tamildigitallibrary இணையத் தளம்.